என் வீட்டின் வரைபடம்

என் வீட்டின் வரைபடம்

ஜே.பி. சாணக்யா (பி. 1973)

கடலூர் மாவட்டம் முடிகண்டநல்லூர் கிராமத்தில் பிறந்தார். பெற்றோர் எம். அப்பாதுரை, எம்.கே. தெய்வக் கன்னி. இருவரும் ஓய்வுபெற்ற ஆசிரியர்கள்.

அண்ணாமலைப் பல்கலைக்கழகத் தமிழிசைக் கல்லூரியில் வாய்ப்பாட்டு பயின்ற இவர் ஓவியருங்கூட.

தமிழ்த் திரைப்படத் துறையில் பணிபுரிந்து வருகிறார்.

இவரின் கதைத் தொகுப்புகள் 'கனவுப் புத்தகம்' (2005), 'முதல் தனிமை' (2013).

ஜே.பி. சாணக்யா

என் வீட்டின் வரைபடம்

காலச்சுவடு பதிப்பகம்

● அன்பார்ந்த வாசகருக்கு,

வணக்கம்.

காலச்சுவடு நூலை வாங்கியமைக்கு நன்றி.

நூலின் உள்ளடக்கம், உருவாக்கம், அட்டைப்படம் இன்ன பிற அம்சங்கள் பற்றிய உங்கள் கருத்துகளையும் ஆலோசனைகளையும் காலச்சுவடு வரவேற்கிறது. தகவல், எழுத்து, வாக்கியப் பிழைகள் தென்பட்டால் கட்டாயம் தெரிவித்து உதவுங்கள். நூல் தயாரிப்பில் கடும் குறைபாடு இருப்பின் மாற்றுப் பிரதி உங்களுக்குக் கிடைக்கக் காலச்சுவடு ஏற்பாடு செய்யும்.

மின்னஞ்சல்: **publisher@kalachuvadu.com**

காலச்சுவடு நாகர்கோவில் அலுவலகத்திற்குக் கடிதம் அனுப்பலாம்.

தங்கள்
எஸ். ஆர். சுந்தரம் (கண்ணன்)
பதிப்பாளர் – நிர்வாக இயக்குநர்

என் வீட்டின் வரைபடம் / சிறுகதைகள் / ஆசிரியர்: ஜே. பி. சாணக்யா / © ஜே. பி. சாணக்யா / முதல் பதிப்பு: டிசம்பர் 2002 / ஆறாம் பதிப்பு: டிசம்பர் 2023 / வெளியீடு: காலச்சுவடு பப்ளிகேஷன்ஸ் (பி) லிட்., 669 கே. பி. சாலை, நாகர்கோவில் 629001

En Veettin Varaipadam / Short Stories / Author: J.P. Sanakya /© J.P. Sanakya / Language: Tamil / First Edition: December 2002 / Sixth Edition: December 2023 / Size: Demy 1x8 /Paper: 18.6 kg maplitho /Pages: 176

Published by Kalachuvadu Publications Pvt. Ltd., 669 K.P. Road, Nagercoil 629001, India / Phone: 91-4652-278525 / e-mail: publications@kalachuvadu.com / Cover Painting: Ebenzer Sunder Singh / Printed at Clicto Print, Jaleel Towers, 42 KB Dasan Road, Teynampet Chennai 600018

ISBN: 978-81-87477-31-0

12/2023/ S.No.96, kcp 4894, 18.6 (6) uss

வளர்த்த தந்தை
திரு. ஆர். சுப்பராயன்
அவர்களுக்கு

அன்பும் நன்றியும்

எனது வசிப்பிடத்தை கிராமத்திலிருந்து நகரத்திற்கு மாற்றிக் கொண்டுவிட்ட பிறகு எந்த சூழலிலும் தளர்ந்துவிடாத அன்பும் ஆதரவும் அளித்து வரும் அண்ணன் திரு. வீ. வீ. சிவசண்முகம் அவர்களுக்கு முதலில் என் அன்பையும் நன்றியையும் தெரிவித்துக் கொள்கிறேன்.

இக்கதைத் தொகுதி வெளிவர காரணமாயிருந்த திரு. ரவிக்குமார் அவர்களுக்கும் காலச்சுவடு பதிப்பகத்திற்கும் எனது மனமார்ந்த நன்றி.

என் கதைகளை அவ்வப்போது படித்து மனந்திறந்த விமர்சனங்களையும் ஊக்கங்களையும் அளித்துவரும் திரு. சாருநிவேதிதா, திரு.ஜி.கே. விஜயன் ஆகியோருக்கும் மற்றும் குமாரகுடி திரு. கே. புகழேந்தி, திரு. துரை சுப்பு ரத்தினம், திரு. குறிஞ்சிச் செல்வன், காவேரிப்பட்டினம் திரு மதி அன்புக்கரசி, சந்துரு ஆகியோருக்கும் இக்கதைகளை வெளியிட்ட *இந்தியா டுடே, காலச்சுவடு, குமுதம்.காம், அட் சரம், தலித், வெப்.உலகம்.காம், உலகத்தமிழ்.காம்* ஆகிய இதழ்களுக்கும் எனது அன்பையும் நன்றியையும் தெரி வித்துக் கொள்கிறேன்.

ஊருக்குச் சென்று வரும்போதெல்லாம் மீசைதாடி பெருத்துவிட்ட பிள்ளையை தொட்டுப்பேச முடியாத துக்கத் தில் வார்த்தைகளை சோறாய் ஆக்கிப்போடும் என் அம் மாவுக்கு எப்போதும் என் அன்பும் பாசமும்.

ஜே. பி. சாணக்யா

உள்ளடக்கம்

1. பிளாக் டிக்கட் — 13
2. என் வீட்டின் வரைபடம் — 34
3. ஊருக்குச் செல்லும் வழி — 51
4. மிகு மழை — 68
5. தனிமையின் புகைப்படம் — 80
6. உருவங்களின் ரகசியம் — 92
7. ரிஷப வீதி — 103
8. புவியீர்ப்பு விசை — 119
9. ஆட்டத்தின் விதிமுறைகள் — 139
10. உடைந்த புல்லாங்குழல் — 160

பிளாக் டிக்கெட்

நகரத்தின் அகலசாலை நடைபாதையின் ஓரத்தில் மலர் படுத்திருந்தாள். காலை வெயில் தார்சாலை எங்கும் படிந்திருந்தது. அவளது மகன் டீக்கடையிலிருந்து திரும்பி வந்தான். வட்ட வடிவ பன்னையும் தேனீரையும் அவள் தலையருகே வைத்து அவளை பலமாகத் தட்டி எழுப்பி விட்டுச் சென்றான். பயம் தரும் கனவிலிருந்து மீண்டவள் போல் திடுக்கிட்டு எழுந்தாள், ஆடைகளை குருட்டாம் போக்காய் பாதுகாத்தபடி. அவள் மகன் பட்டறைக்குச் சென்று கொண்டிருந்தான். அவனைப் பார்த்துக் கொண்டி ருந்தாள். நோஞ்சான் உருவம். வேலைக்குச் செல்லும் விதவிதமான மனித அவசரங்களுக்கு மத்தியில் மந்தகதியில் சென்று கொண்டிருந்தான். அதிகமும் அவனை அனை வரும் கடந்து சென்று கொண்டிருந்தார்கள். அவன் யாரை யும் கடக்காமல் நிதானமாய் சென்றுகொண்டிருந்தான்.

உடலைத் திருகி முறித்தபடி அருகில் பார்த்தாள். அழுக்கு மூட்டைகள் போல் உறங்கிக்கொண்டிருந்தார்கள். நடைமேடை இறக்கத்தில் நின்றுகொண்டிருந்த உலகிலேயே அதிக நம்பகமான பற்பசை விளம்பரப் பலகையின் நிழல் அவர்களின் மேல் சரிந்து விழுந்து கொண்டிருந்தது.

சாலையில் அன்றைக்கான வாகனச்சீற்றம் இன்னும் தொடங்காதிருந்தது பூரணமாய். அனுமதி விளக்கு குறுக்கத் தில் பாதசாரிகள் கடப்பது மிக உதிரியாய் இருந்ததில் வாகனதாரிகளும் அலுப்புடன் காத்துக் கொண்டிருந்தார் கள்.

வளைவில் ஆட்டோக்களையும், வேலைக்குச் செல்லும் சிறுவர்களையும் கழுவிக் கொண்டிருந்தார்கள் சிலர். ஒரு கிழவனை ஒருத்தி முதுகுத் தேய்க்கத்தேய்க்க உணக்கையாய் அசைந்து கொடுத்துக் கொண்டிருந்தான். தண்ணீர் சாலை யோரம் ஓடிக் கொண்டிருந்தது. வளைவில் பெண்களும் ஆண்களுமாய் வசைமொழியில் பேசிக்கொண்டிருந்தார்கள்.

மலரின் முகம் இந்த ஒரு வாரத்தில் இருட்டுபோல் கறுத்து விட்டிருந்தது. இது பட்டுவின் இடம். அவளது இடம் திரையரங்கத்தின் பின்புறம் உள்ள அழுக்கு படிந்து

என் வீட்டின் வரைபடம் .13.

விட்ட தடுப்புச்சந்து ஒன்றில் இருக்கிறது. இரண்டு துணி முடிச்சுகளும் கொஞ்சம் பாத்திரங்களும் மூடுவதற்கு ஒரு போர்வையும் போட்டு வைத்திருந்தாள் பட்டு. போர்வை அலிபாபா கொடுத்தது. முடிச்சுக் களை மூடியபிறகு ஒரு பிய்ந்த ஜோடி செருப்பை மூட்டைக்கு காவல் போல் எப்போதும் பட்டு போட்டு வைத்திருப்பாள். படுக் கையில் தட்டையாகிப் போன சடையைச் சுழற்றி கொண்டை யிட்டபடி சாலையில் எச்சில் துப்பினாள். மலர் தனக்கு அரசாங்கம் கட்டிக் கொடுத்த வீட்டை வாடகைக்கு விட்டிருந்தாள். பட்டுவின் வீட்டை போலிஸ் நெருக்கடிகளின் போது அலிபாபாவின் கூட்டாளி கள் பயன்படுத்தி வந்தார்கள்.

கிழவனிடத்தில் சென்று தண்ணீர் வாங்கி நடைமேடை ஓரத்தில் தொற்றி அமர்ந்து முகம் கழுவினாள். வாய்க்கொப்பளித்து பாத்தி ரத்தைத் தூக்கிப்போட, கிழவன் ஒரு இளைஞனின் உற்சாகத்தோடு பிடித்தான். அருகேயிருந்த கிறித்துவப் பள்ளிக்கு குழந்தைகளை இறக்கிச் செல்வதற்கு விதவிதமான வாகனங்கள் வந்து கொண்டி ருந்தன. முந்தானையால் முகம் துடைத்தாள். ஒருவன் அவளைப் பார்த்துக் கொண்டு சென்றான். அவன் மறுபடியும் இச்சாலையைக் கடக்கும் போது அவளைத் தேடிச் செல்லும்படி தன் பார்வையை வைத்துக்கொண்டு பார்த்தாள். அவன் திரும்பித் திரும்பி பார்த்தபடி சென்று கொண்டிருந்தான். மலர் தேனீரை எடுத்து உறிஞ்சி பன்னைத் தொட்டுத் தின்னத் தொடங்கினாள். தேனீர் சொட்டிய புடவையை கையால் தட்டினாள். மீந்தத் தேனீரை அண்ணாந்து குடித்துவிட்டு துணி மூட்டையினுள் பாத்திரத்தைத் தூக்கிப் போட்டுவிட்டு எழுந்து நடக்க ஆரம்பித்தாள். அப்பொருட்கள் முடங்கிய மூட்டையும் காவல் செருப்பும் வெயிலில் அமைதியாய் கிடந்தன.

வாகனங்கள் பழுது பார்க்கும் கறுப்புப் படிந்த கடைகள் நீளும் தெருவில் மலர் நடந்து சென்று கொண்டிருந்தபோது, பூட்டிய கடை ஒன்றின் படிக்கட்டில் உட்கார்ந்து சிகரெட் பிடித்துக் கொண்டி ருந்தான் ஒத்தக் கை சண்முகம். மலரைப் பார்த்தவுடன் எழுந்து வந்து “அலிபாபாவ பாத்தியா?” என்றான். அலிபாபா வீட்டுக்குத் தான் செல்வதாகக் கூறினாள். இருவரும் சேர்ந்து நடந்தார்கள். தானும் அலிபாபாவை வீட்டுக்குச் சென்று பார்க்கும் திட்டத்தோடு தான் வந்ததாகவும், காலையிலேயே செல்வது அலிபாபாவின் மனைவிக்கு எரிச்சலை ஏற்படுத்தும் என்பதால் காத்திருந்ததாகவும் கூறினான். இருவரின் நடையிலும் சற்று வேகம் கூடியிருந்தது. தோள்பட்டை சரியுமிடத்தில் இடது கரம் துண்டாடப்பட்டு, கை இருந்த இடத்தில் சட்டையின் கைப்பகுதி அவனது நடைக்கு எதிர்ப்புறமாக ஆடிக் கொண்டு சென்றது.

வளையும் முடுக்கில் லாட்டரி சீட்டுக்கடை முன்னால் காலை யிலேயே அதிர்ஷ்டம் இழந்த ஆட்கள் நின்று கொண்டிருந்தார்கள், கீழே டூப்ளிகேட் பணத்தை மிதித்துக் கொண்டு. சண்முகம் பீடாக்

கடையில் விசாரித்துவிட்டு வந்தான். பீடாக்கடைக்காரன் பாயி காலையிலிருந்து வரவில்லை எனக்கூறினான். பீடாக் கடைக்கார னுக்கு இவர்களுடைய திண்டாட்டம் சற்று சந்தோஷமாக இருந்தது. அதிகமும் அலிபாபா ஒரு பழைய விடுதியொன்றில்தான் உறங்கு வான். அங்கு இருவரும் ஒருவர் மாற்றி ஒருவராக முன்பே தேடியிருந் தார்கள். மலருக்கும் அலிபாபாவை வீட்டில் சென்று பார்ப்பது அசௌகர்யமாகத்தானிருந்தது. வழியிலேயே எங்காவது கிடைத்து விட்டால் பரவாயில்லையென இருவரும் நினைத்தார்கள். இந்த ஒரு வாரமாகத்தான் அலிபாபாவும் இரவில் வீடு தங்குகின்றான் என்பது அவர்களுக்குத் தெரியும்.

பீடாக்கடை அலிபாபாவினுடையதுதான். ஆனால் ஒருபோதும் அதில் அவனை உட்கார்ந்து பார்க்க முடியாது. ஒரு வகையில் உறங்கும் போது மட்டும்தான் அவன் அதிக நேரம் ஓரிடத்தில் இருக்கின்றான். கடைப் பொருட்களை வாடகைக்கு விட்டிருந்தான். இட வாடகைதான் மிக முக்கியமானது. அலிபாபாவின் கூட்டாளிகள் யாராகிலும் வந்து அலிபாபாவுக்கு என பீடா வாங்கிச் செல்வார்கள். அதெல்லாம் கணக்கில் வைத்துக்கொள்ள முடியாது. கடை நடத்து பவனும் அலிபாபாவால் தனக்கு நஷ்டம் எனக்கூறி வேறிடத்தில் கடை போட முயற்சித்துக் கொண்டிருந்தான். இது போன்ற தோதான இடம் அவனுக்குக் கிடைக்காது எனவும் எண்ணிக் கொண்டிருந் தான். அப்பிராந்தியத்தில் எங்கு கடை போட்டாலும் அலிபாபாவுக் கான இலவசம் இருந்து கொண்டிருக்கும் என்பதை நன்கு அறிவான். மேலும் கடை நடத்துவதற்குண்டான பணத்தை சேர்த்து வைக்கும் இடத்தின் வாசனை அலிபாபாவுக்குத் தெரிந்துவிடுவது அவனது துரதிருஷ்டம்.

சின்னதான நீள் சந்தில் இருள் நிரம்பிக்கிடந்தது. மூத்திர நெடி குப்பென்று பரவிக் கொண்டிருந்தது. தாண்டி வளைந்தவுடன் அழுக்கான அரசாங்கத் தொகுப்பு மாடி வீடுகள் நிறைந்த மஞ்சள் கட்டிட உலகம். வயதான வண்ணம் பெயர்ந்து கொண்டிருக்கும் சுவர்கள். புடவைகள் சரஞ்சரமாகத் தொங்கிக் கொண்டி ருந்தன. சிறுவர்களின் கூச்சல் நிரம்பியிருந்தது. யாரோ ஒரு பெண் ஒருவனை சிரித்துக் களித்தபடி இவர்களைத் தாண்டி துரத்திக் கொண்டு ஓடினாள். வரிசையாக நின்ற ரிக்ஷாவில் கடைசியில் உட்கார்ந ்திருந்தக் கிழவன் "விடாத, பிடி" என்று உற்சாகப்படுத்திக் கத்தினான்.

நான்கு அமைப்பு வீடுகள் தாண்டியதும் சண்முகம் கீழிருந்து "பாபா! பாபா!" எனக் கத்தினான். சில வினாடிகளில் முக்காடு போட்ட ஒரு பெண் எட்டிப் பார்த்தாள்.

"பாபா இல்லியா?"

"சலூன் கடைக்குப் போயிருக்கு."

இருவரும் தலையாட்டிக்கொண்டு கிளம்பினார்கள். அவள் மேலிருந்து இருவரும் செல்வதைப் பார்த்துக் கொண்டிருந்தாள்.

தையல் எந்திரங்கள் விற்கும் ஷோரூம் முன்பு வந்து நின்றார்கள் சண்முகமும் மலரும். பட்டு, கவிழ்த்தி அடுக்கியிருந்த மூங்கில் கட்டைமேல் சாய்ந்து உட்கார்ந்திருந்தாள். பட்டுவுக்கு மிகவும் வயதாகிவிட்டிருந்தது. அருகே கள்ளிப்பலகைப் பெட்டிகள் அடுக்கிக் கிடந்தன. பட்டுவின் பேத்தி பூத்தொடுத்துக் கொண்டிருந்தாள். திரையரங்கத்திற்குச் செல்லும் பாதையின் ஒதுக்குப்புறமாக இருந்தது அது. பட்டுவின் அருகே மலர் சென்று அமர்ந்தவுடன் சிறுமி சிரித்தாள். பட்டு புலம்ப ஆரம்பித்தாள், திரையரங்க நிர்வாகம் பற்றி. சண்முகம் ஒரு பெட்டி மேல் ஏறி உட்கார்ந்து சிகரெட் பற்றவைத்துக் கொண்டான். தீப்பெட்டியை தோளில் வைத்து தாடைப் பகுதியால் அழுத்தி. பாக்குப் பொட்டலம் ஒன்றை பல்லால் கடித்துக் கிழித்துப் போட்டுக் கொண்டு, மலருக்கு ஒன்றைத் தூக்கிப் போட்டான். கிழவியும் மலரும் பாதிப் பாதி எடுத்துக் கொண்டார்கள். சிறுமி விளையாட்டாய் "எனக்கு?" என்று கேட்ட போது கிழவி அதட்டினாள் கண்டிப்பான முகத்துடன்.

போக்குவரத்து இரைச்சலும் அருகே நீளும் கடைக்காரர்களின் கூக்குரலும் அவ்விடத்தில் எப்போதும் நிரம்பியிருந்தன.

மலர் திரையரங்கத்தை உற்றுப் பார்த்தாள்.

அந்த நான்கடுக்குத் திரையரங்கம் மௌனமாக நின்று கொண்டு அதன் வசீகரங்களை ஒரு மந்திரவாதி போல் கசியவிட்டுக் கொண்டிருந்தது. முன்புறத்து பெரிய முகப்பும், நிழல் தரும் வேப்பமரமும், அலாதியான காற்றும் அதன் தீரா அழகு. கடும் கோடைக்காலங்களில் கூட முகப்பில் நல்ல காற்று வீசிக் கொண்டிருக்கும். கார்கள் நிறுத்த போடப்பட்டிருந்த வெள்ளை வண்ண நீள் செவ்வகக் கட்டங்களில் காகங்கள் விளையாடிக் கொண்டிருந்தன. மேலே நீர்த்தேக்கத் தொட்டிக்குச் செல்லும் நீர் எங்கோ கசிந்து டப்டப்பென தரையில் சொட்டிக் கொண்டிருந்தது. கீழே விழுந்த நீர் தரையில் வட்டமான ஈரத்தை உருவாக்கியிருந்தது.

திரையரங்கத்தில் வேலை செய்த பழைய ஆட்கள் எல்லோரும் மாற்றப்பட்டுவிட்ட நிலையில், அழவம்மாளையும் முத்துவையும் மட்டும் பெருக்குவதற்கு வைத்துக் கொண்டது போலவே, செக்யூரிட்டி ஆட்களை புதிதாக நியமித்ததில் சரவணனையும் ராஜாவையும் திரையரங்க நிர்வாகம் விசுவாசிகளாகக் கருதி நிறுத்தி வைத்துக் கொண்டு, அவர்களுக்கு சீனியாரிட்டி பிரகாரம் அதிக உரிமையும் சம்பளமும் வழங்கி வந்தது. ராஜாவையும் சரவணனையும் திரையரங்க நிர்வாகம் வேலைக்கு வைத்துக் கொண்டதில் எத்தனையோ சௌகர்யங்கள் இருந்தன என்பது எல்லோருக்கும் தெரியும். ஒரு வகையில் அது நிர்வாகத்தின் தந்திரம்தான்.

காலைக் காட்சிக்கு ஆட்கள் வரத் தொடங்கி இருந்தார்கள். டிக்கெட் முன்பதிவு நேரம் தொடங்கியது. கார்களும் இரு சக்கர வாகனங்களும் ஒவ்வொன்றாய் கட்டடத்திற்குள் வந்து நின்று கொண்டிருந்தன.

ஆயுதங்களோடு 'போஸ்' கொடுக்கும் கதாநாயகர்களின் அழகில் லயித்தபடி சிறு கூட்டம் நின்று பேசிக் கொண்டிருந்தது.

திரையரங்க உரிமத்தை புதுப்பித்துக் கொண்ட அறிவிப்பு பலகை யின் கீழ் புகார் பெட்டி மாட்டியிருந்தது. புகார் பெட்டி முறையை தற்போதுதான் அமுல்படுத்தியிருந்தார்கள்.

கௌன்டர் வரிசைக்கம்பிகளில் இளைஞர்கள் குரங்குகள் போல் தொற்றிக்கொண்டு உட்கார்ந்திருந்தார்கள். ஆறு - ஐம்பது டிக்கெட்டுக் கான வரிசையில் அடிமைகளின் கூட்டம்போல் தரையில் வரிசையாக உட்கார்ந்திருந்தார்கள். அவ்வரிசை இளைஞர்களிடமும் சில உதிரிக் கூட்ட இளைஞர்களிடமும் விதவிதமான தலை கிராப்புகள், ஆடை வகைகள், தொனியில் கரையும் சினிமா வசனங்கள் என அக்கூட்டத் தின் செயல்பாடுகள் அனைத்திலும் சினிமா கதாநாயகர்களின் பிரித்துவிட முடியாத சாயல்கள் துருத்திக்கொண்டு தெரிந்தன.

நான்கு மாடிக் கட்டிடத்தின் தலையைத் தட்டிக்கொண்டு முகப்பின் நுனியில் வெயில் ஒரு நீள் கோடாய் விழுந்தது.

வெளிர்பச்சைக் காரைப் பார்த்ததும் ராஜா மேல் படிக்கட்டி லிருந்து இறங்கி ஓடி வந்தான். கூட்டத்தை அதட்டி ஒதுங்கச் சொன்னான். கூட்டம் அவன் அதட்டலில் ஊர்ந்து நகர்ந்து காரின் முக்கியத்துவத்தை வேடிக்கைப் பார்த்தது. கார் முகப்பின் தனி யிடத்தை அடைந்து நின்றது. சின்னவர் இறங்கினார். ராஜா சல்யூட் வைத்தான். அவர் அவனைப் பார்த்திராதவராய் சென்றார். மூலைக்கு மூலை செக்யூரிட்டிகள் சல்யூட் வைத்தார்கள். யாரையும் பொருட் படுத்தாது உள்ளே சென்று கொண்டிருந்தார். பச்சை நிற ஒயர் கூடையைத் தூக்கிக் கொண்டு கதவடைத்துப் பூட்டிச் சென்றான் ராஜா. அவர் இவர்களின் வணக்கங்களைக் கவனிக்கவில்லை என்று நினைத்தால் தவறு. யார் யார் சல்யூட் வைக்கவில்லையென அவருக்குத் தெரியும். கேபினில் கூப்பிட்டு விசாரித்து மிரட்டி மறுநாள் அவ்வணக்கத்தை வாங்கிக்கொண்டு, வாங்கிக் கொள்ளா தவர் போலச் செல்வார்.

செக்யூரிட்டிகள், கார் வந்த பிறகு புதிய ரத்தம் பாய்ச்சப்பட்டது போல் கூட்டத்தையும் வாகனங்களையும் ஒழுங்கு செய்தார்கள். அவர்களின் செயலின் பரபரப்பை கழியால் தரையில் தட்டி சப்தமெழுப்பியபடி அலைந்து காட்டிக் கொண்டிருந்தார்கள்.

அழவம்மாளும் முத்துவும் துடைப்பங்களையும், வாளியையும் உள்ளே சென்று வைத்துவிட்டு காக்கி யூனிபார்ம் கணக்கிற்காக மேல் சட்டை மட்டும் காக்கி வண்ணத்தில் போட்டுக் கொண்டு வந்தார்கள், இரண்டு மூங்கில் குச்சுகளுடன். அவர்களிருவருக்கும், வயதுக்கு வந்தவர்கள் மட்டும் கௌன்டருக்கு பிரித்து விட்டிருந்ததில் சிறு சங்கடம் இருந்தது. அழவம்மாளோ, முத்துவோ தனியாக இருந்தால் சுத்தமாக மறுத்திருப்பார்கள், வேறு கௌன்டர் கேட்டு. பத்துப் பத்து ஆட்களாய் தடுத்து நிறுத்தி அனுப்பிக் கொண்டிருக்கும் வேலை. உள்ளே ஓடும் அப்படத்தின் மீதான கவனத்துடன் விழும்

பார்வை, சிறு அளவாவது அவர்கள் மீது பிரயோகிக்கப்படுவதுதான் காரணமாக இருந்தது.

சின்னவர் உள்ளே செல்வதற்காகக் காத்திருந்ததுபோல் டிக்கட் கொடுக்க ஆரம்பித்தார்கள்.

மலர் எழுந்து வந்தாள். பின்னாலேயே ஒரு மனிதப் பல்லி போல் பட்டு எழுந்து தன் சதைகளை தூக்க முடியாது அசைந்தசைந்து வந்தாள். சண்முகம் 6.50 ரூபாய் வரிசையின் இடையில் புகுந்தான். பட்டு டிக்கெட் கொடுக்கும் அறையின் முன்பு நின்று கொண்டு டிக்கெட் கொடுக்கும் பாரியைப் பார்த்துக் கொண்டிருந்தாள். அவன் இவளைக் கவனியாதவன் போலிருந்தான். வரிசை முண்டி யடித்து நெளிந்ததை கால்களில் அடிப்பதான பாவனையில் தரையில் கழியால் தட்டினான் மீசை. சண்முகத்திற்கு அவமானப்படுத்தப் பட்டது போலிருந்தது ஒரு வாரமாய். அவன் அதிகமும் வரிசையில் வந்து நின்று டிக்கட் எடுப்பவன் அல்ல. பட்டு சிறுசிறு சதுரங்களா லான கம்பி சன்னலில் விரல் பதித்து “பாரி” என்றாள் கெஞ்சலான குரலில். செக்யூரிட்டி பட்டுவையும் சண்முகத்தையும் மாறிமாறி பார்த்துக் கொண்டிருந்தான். திரையரங்க நிர்வாகத்தில் இவர்களின் முகங்கள் பிளாக் டிக்கட் விற்பதின் பெரிய தலைகளாக அடையாளப் படுத்தப்பட்டிருந்தன.

ஆறு - ஐம்பது ரூபாய் டிக்கட்டில் மட்டும் நபருக்கு ஒரு டிக்கெட் என்ற விதியை தற்போது நிர்வாகம் மிகவும் கெட்டிப்படுத்தியிருந்தது. பட்டுவின் கெஞ்சல்கள் முற்றிப்போனபோது செக்யூரிட்டி “இந்தப் பக்கம் வா” என்று கண்டித்தான். பட்டு அவனை ஒருமுறை திரும்பிப் பார்த்து முறைத்த போது சிறிது அதிர்ந்து போனான்.

சண்முகம் கௌன்டரில் கைகளை நுழைக்கும் தருணம் வந்தபோது நூறு ரூபாய் தாளை நீட்டி நுழைக்கப்பட்ட கரத்தால் இருமுறை ஐந்து ஐந்தாக அசைத்துக் காட்டினான்.

பாரி சண்முகத்தின் முகத்தைப் பார்க்காமல் ஒரு டிக்கெட்டை கிழித்து கையில் திணித்து, சில்லரை கொடுத்து சண்முகத்திற்குப் பின் இருக்கும் முகத்தைப் பார்த்து “ம் . . . ம்” என்றான்.

“என்ன பாரி?” என்றான் சண்முகம்.

“தப்பா எடுத்துக்காத. மேனேஜர் மாறிட்டாரு. முன்ன மாதிரி இல்ல. வேலைக்காவாது, நவுரு” என்றான் பாரி.

“என்ன பாரி ஒரு வாரமா . . . இதையே சொல்ற?”

“ஒரு வாரத்துக்கு முந்தி சொன்னனா? இப்பதான சொல்றேங். புரிஞ்சிக்க மாட்றீயே.”

“பாரீ . . .” என்றான் சண்முகம்.

“என் வேலைக்கி ஒலை வச்சிராத ஆமாம். நவுரு.” பின்புறம் முண்டியடிக்கும் கூட்டத்தைப் பார்த்து குரல் கொடுத்து மிரட்டினான் சண்முகம்.

“பஸ்ட் அன் லாஸ்ட் என்ன சொல்ற?” என்றான்.

“எனக்கு வேல போயிடும்” என்றான் பாரி.

“இந்த கேபின்லே தின்னுட்டு இங்கியே தூங்கிடுவியா?”

“என்ன மெரட்றியா?”

பாரி சண்முகத்தை உற்றுப் பார்த்தான். சண்முகம் பாரியை ஏளனமாகப் பார்த்தான்.

“பழசெல்லாம் மறந்திராத பாரி.”

“யோவ் செக்யூரிட்டி” என்று கத்தினான் பாரி.

“அந்த அளவுக்கு ஆயிடிச்சா. சரிதாங் ஓகே. ஓகேப்பா” என்று வெளியில் வந்தான். செக்யூரிட்டியை ஒருமுறை முறைத்தான். பட்டு பரிதாபமாக நின்று கொண்டிருந்தாள். சண்முகத்திற்கே இன்றும் ஒரே டிக்கட் தான் கொடுக்கப்பட்டிருக்கிறது என்று உணர்ந்தவுடன் பட்டு கத்த ஆரம்பித்தாள்.

“டே பாரீ . . . நாங்களும் பாத்திட்டுதாம் இருக்கோம். எத்தினி பேர பாத்திருப்போங் இந்த கௌன்டர்ல.”

“நீதாங் அதிசயமா டிக்கெட்டு குடுக்குறியா?”

“பொறந்ததிலிருந்து டிக்கட்டு குடுக்குற மாதிரி பேசற?”

“பழசெல்லாம் மறந்துடாத.”

“போம்மா அந்தப் பக்கம்” என்று கத்தினான் செக்யூரிட்டி.

“என்னப்பா? முறுக்கு மீச வச்சிருந்தா பயிந்திருவோமா? ஒன்ன மாதிரி தொளாயிரத்து தொண்ணத்தொம்பது மீசைய பாத்தவ நாங்.”

சண்முகம் சிகரெட் ஒன்றை பற்ற வைத்துக்கொண்டு வேகமாக நடந்தான்.

“இதே தேட்டர்ல எத்தினி நாளைக்கு இதே மீசையோட இருக் கேன்னு பாத்துர்றோம்” என்றபோது “ஆங் பாத்துக்க பாத்துக்க” என்று ஏளனமாக சிரித்தபடி சொன்னான் செக்யூரிட்டி. அவனால் ஏளனத்தை முழுமையாக கொண்டுவர முடியவில்லை.

நிர்வாகம் நினைக்கும் பட்சத்தில் பிளாக் டிக்கட் விற்பவர்களை ஒரு மணி நேரத்திற்குள் எதுவும் செய்துவிட முடியும். முன்பு அது போல் செய்தும் இருக்கிறது. அது நீண்ட பலனை தராது போயி ருப்பதை புதியவர்கள் உணர்ந்திருந்தார்கள். ஆனால், பிளாக் டிக்கட் விற்கும் இவர்கள் மட்டும் நிர்வாகத்தோடு நேரிடையாக மோதாமல் மலின தந்திரங்களுடன் அடிமட்ட ஊழியர்களோடு தனிநபர் சண்டைகளாக உருமாற்றிக்கொண்டிருந்தார்கள்.

சீசனில் பிளாக் டிக்கட் விற்பவர்கள் நிர்வாகத்தின் சாதாரண போலிஸ் நடவடிக்கையிலேயே காணாமல் சென்று விட்டிருந்தார்கள்.

நிர்வாகம் குறிப்பிட்ட தருணங்களிற்காக காத்துக் கொண்டிருந்தது, தன்னளவில் ஒழுங்குகளை சரிசெய்தபடி.

பிளாக் டிக்கட் மட்டுமே விற்பதினால் வரும் அதிக நெருக்கடிகளையும், அதீத வறுமைகளையும் அதிகமும் பொருட்படுத்தாதிருந்தார்கள். எத்தனைக் கெடுபிடி வந்தாலும் ஒருவாரத்திற்குள் மெல்லிய ஓட்டை விழும். விரல் நுழைத்து பெரிதாக்கிக் கொள்வார்கள். சண்முகம் மற்றும் அவன் சார்ந்த சகாக்களின் புகைப்படங்கள் ரயில் நிலையங்கள், பேருந்துகள், பொதுமக்கள் நெரிசலாக கூடுமிடங்களில் பொது மக்களுக்கு எச்சரிக்கை என்ற பெயரில் பாதுகாப்பாக ஒட்டப்பட்டிருந்தன. சண்முகம் சூழ்நிலைகளுக்கேற்ப சிறு களவு முதல் பிளாக் டிக்கட் விற்பது வரை செய்து கொண்டிருந்தான். அவன் யாரைப்பற்றியும், பொதுவாக மனிதர்கள் பற்றியே நல்ல அபிப்ராயங்கள் எதுவுமில்லாதவனாகவே இருந்தான். அது அவன் அத்தொழில்களை நீட்டித்துக் கொண்டிருக்க வசதியாக இருந்தது. பட்டு முழுநேர பிளாக் டிக்கட் விற்பதற்கு முன் வேசைத் தொழில் செய்து கொண்டிருந்தாள் என்பது திரையரங்க தொழிலாளர்கள் அனைவருக்கும் தெரியும். அவளிடம் யாரும் பேச்சுக் கொடுக்க விரும்பாததின் காரணமும் அதுவாகத்தானிருந்தது. அவளுக்கு ஆண்கள் பற்றிய மனோபாவத்திலும், வேசைத்தனத்தில் உடலுறவு குறித்த மனோபாவத்திலும் ஏற்பட்டிருந்த மாற்றங்களினால், எந்த இடத்திலும் சிறிதும் யோசிக்காமல் குறிகளின் பெயரை அழுத்தம் திருத்தமாகச் சொல்லித் திட்ட முடிந்தது. மலரும் சாந்தியும் தம் உடல்கள் மீதான அவநம்பிக்கையை அடைந்தபின் பிளாக் டிக்கட் விற்க வந்தார்கள். இருப்பினும் அவசரம் மற்றும் நிதானமிழந்தவர்களின் உடலுறவுக் கணங்கள் அவர்களுக்கு சாதகமாக இருந்தன.

தற்போதும் நிர்வாகம் நெளிந்து கொடுக்கும் என எதிர்பார்த்துக் கொண்டிருந்தார்கள். ஆனால் இந்த முறை கெடுபிடி அவர்கள் இதுவரை அனுபவித்து வந்ததைக் காட்டிலும் தீவிரமானது என்பதை உணர்ந்திருந்தார்கள். அதை உணர்ந்ததின் அடையாளமாய்த்தான் அலிபாபா இன்னும் தலையிடாமல் வேவு பார்த்துக் கொண்டு இருந்தான். சற்று பெரிய களவுகளும், உயிர் சேதமில்லாத கத்திக் குத்துகளிலும், சிறு தரகு வேலைகளிலும் ஈடுபட்டுக் கொண்டிருந்த அவனுக்கு, புத்திமதிகள் கூறி பீடாக்கடை வைத்துக்கொடுத்த அப்பகுதி போலிஸ்காரர் இறந்துவிட்ட பின் மீண்டும் அவைகளைச் செய்ய ஆரம்பித்திருந்தான். அவனுக்கு பிளாக் டிக்கட் விற்று தனக்கு வந்து சேரும் பணம் தேவையானதாக இருந்தபோதும் அப்பணம் தனக்குத் தேவையில்லாதது போல நடித்துக் கொண்டிருந்தான் தனக்காக டிக்கட் விற்பவர்களிடம். சில படங்கள் திரையிடப்படும் சூழலில் அவன் சிறிதும் எதிர்பார்க்காத பணம் வந்து சேர்ந்துவிடுவதால் கைவிடாதிருந்தான். மற்ற பிளாக் டிக்கட் விற்பவர்கள் அதிகமும் கும்பலைப் பார்த்து டிக்கட் எடுத்து விற்பவர்களாக

வும், மற்ற சமயங்களில் கம்பெனிகளில் பட்டறைகளில் வேலை செய்பவர்களாகவும் இருந்தார்கள்.

இவ்வேலை தரும் இரட்டிப்புப் பணம் சில நாகரிக வேடமணிந்த அல்லது குறைந்தபட்ச நாகரிகத்தோடு சினிமாவுக்கு வரும் நபர்கள் கூட விற்கும் அளவுக்கு ஆக்கிவிட்டிருந்தது. இதில் உச்சபட்ச அபத்தங்கள் நிகழ்ந்துவிடுவதுண்டு. சிவானந்த குருகுலத்திற்காகத்தான் நான் டிக்கட்டுகள் விற்கிறேன் என்று சொல்லிக் கொண்டு விற்றுக் கொண்டிருந்தான் ஒருவன். உயர்தர கார்கள் திரையரங்க வளாகத்திற் குள் நுழையும் போதே காரை வளைத்துவிடுவான் சண்முகம் எதிர் நின்று. சண்முகம் இல்லாத பட்சத்தில்தான் கார்களுக்குரிய நபர்களிடம் மற்றவர்கள் நெருங்க முடியும் என்பதை ஒரு மாய பலத்தின் மூலம் உருவாக்கியிருந்தான். அந்நேரத்தில் டிக்கெட்களின் விலை மும்மடங்கைத் தாண்டிச் சென்று விட்டிருக்கும். சிவானந்த குருகுலத்திற்கு டிக்கெட் விற்பதாகச் சொல்லிக்கொண்டு திரிந்தவன் காரை மறித்து டிக்கெட் விற்க முனைந்து கொண்டிருந்தான். காட்சி ஆரம்பிக்கும்வரைக் காத்திருந்த சகாக்கள் விற்ற முழுபணத் தையும் அவன் பார்ப்பதற்கு வைத்திருந்த கடைசி டிக்கெட்டையும் பிடுங்கி அறைந்து அனுப்பி வைத்தார்கள். அவன் இன்னும் அபத்தமாக இதற்காகப் போலீசிடம் புகார் கொடுக்கப்போவதாகச் சொல்லிக் கொண்டு ஆவேசமாக கிளம்பிய போது அனைவரும் சிரித்தார்கள்.

அலிபாபா தன் சகாக்களுக்கு, அவர்கள் நினைப்பது போலவே தன்னை ஒரு புத்திசாலியாகக் காட்டிக்கொண்டு இதுவரை செயல் பட்டுக் கொண்டிருந்தான். இதில் தலையிடாமல் இருப்பதுபோல ஒரு பாவனையை உருவாக்கிவிட்டு என்ன செய்வதென்று யோசித்துக் கொண்டிருந்தான். அவன் வீட்டுக்குச் செல்லாமல் ஊர் சுற்றிக் கொண்டிருந்தாலும் வீட்டுக்குச் சென்றுவிடும் தினப்படி வருமா னத்தை இழக்க விரும்பாதிருந்தான். கொஞ்சம் விட்டுப்பிடிப்போம் என அவன் யூகித்தாலும் அவன் பயந்துவிட்டதாகக் கருதிக்கொள் வார்கள் என எண்ணிக் கொண்டிருந்தான்.

அலிபாபா மனித பலவீனங்களில் கை வைப்பவன். ஒரு வகை யில் அதுதான் அவன் கண்ட மானுட தரிசனம். மனிதர்கள் பலவீனம் இல்லாமல் இருப்பதில்லை என அவன் தீர்க்கமாக நம்பிக்கொண்டி ருந்தான். ஒவ்வொரு காலத்திலும் அவனுக்கு இது சாதகமான முடிவுகளை அளித்துள்ளதை அறிவான்.

பெரியவர் இருந்த காலத்தில் தொழிலாளர்களும் ஒரு வகையில் பிளாக் டிக்கெட் விற்பவர்கள் எனும்படியாகவே நடந்து கொண் டார்கள். அவருக்கு நல்ல படங்கள் எடுத்து வருவதும் திறம்பட ஓட்டுவதும்தான் பெரிய கவலையாக இருந்தது. அவர் ஒரு நல்ல ரசனைவாதியாகவும் இருந்தார். "என்ன செய்யறது? நம்ம பையங்களே சரியில்ல. இதுல அவனுகள என்னத்தைச் சொல்லறது" என சொல்லி விட்டுவிடுவார், இந்தப் பிரச்சினை தலையெடுக்கும் போதெல்லாம்.

சில படங்களுக்கு இயல்பாகவே கூட்டம் கூடிவிடும் போது இரண்டு மூன்று போலிஸ்காரர்களை வரவழைப்பார். அதுவும் பிரச்சினைகள் எதுவுமற்று காட்சிகள் ஓட்டப்பட வேண்டும் என்பதற்காகத்தான். பிளாக் டிக்கெட் விற்பவர்கள் அனைவரையும் அவருக்குத் தெரியும். அவர்கள் அனைவரும் பெரியவருக்கு வணக்கம் வைப்பார்கள். சிரித்துக் கொள்வார். “இவனுங்க எதுக்கு தெரியுமா வணக்கம் வைக்கிறாங்க. இதேபோல இருன்னு சொல்லாம சொல்றதுக்குத்தாங்” என்று களங்கமில்லாமல் சிரிப்பார். திரையரங்கத் தொழிலாளர்கள் அவருடன் பிரிக்க முடியாதபடி ஒட்டிக் கொண்டதற்கு அவரின் களங்கமற்ற மனம்தான் காரணம். இன்னும் பட்டுவும், மலரும், சாந்தியும் பெரியவரை போற்றாத நாளிருக்க முடியாது. அவர்களைப் பொறுத்தவரை அது அவர்களுக்கு மிகவும் பிடித்தமான காலம்.

பிரம்மாண்டமான ஆங்கிலப் படம் போட்டிருந்தார்கள். பட்டுவும் மலரும் காலையிலேயே வந்திருந்தார்கள். மலர் அப்போது கொஞ்சம் சேதமடையாத உருவமாக இருந்தாள். ஒன்பதரை மணிக்கெல்லாம் கூட்டம் வரத்தொடங்கியதும் உற்சாகம் தொற்றத் தொடங்கியிருந்தது. முன் பதிவு வரிசை நீண்டு கொண்டிருந்தது. மலர் திரையரங்கத்தினுள் சென்றபோது பட்டு காத்திருந்தாள். வந்தவுடன் பட்டு உள்ளே சென்றாள். மலர் கத்தையாக வாங்கி வந்திருந்த டிக்கட்டுகளை இடுப்பிலும் மார்பிலும் கைகளிலும் பிரித்து பிரித்து வைத்துக் கொண்டாள். அவளுக்கு திருப்தியாக இருந்தது. பட்டுவுக்கு திருப்தி யென்றால் சிரித்துக் கொண்டேயிருப்பாள். திருப்தியில்லையெனில் திட்டிக் கொண்டிருப்பாள். பட்டு தன் உருவத்தை கவனமாகப் படியிறக்கி வந்து திரையரங்கத்தின் வலது பக்க பகுதிக்குச் சென்றாள். மலர் கைகளைத் தூக்கித் திமிர் முறித்து பின் கைகளை பின்புறத்தில் கட்டிக் கொண்டு கடற்கரையில் உலவுவதுபோல் நடக்க ஆரம்பித் தாள் குறுக்கும் நெடுக்குமாய். ஆட்களை, சிறு கூட்டத்தைக் கடக்கை யில் சுலோகம் முணுமுணுப்பது போல் சொல்லிக் கொண்டிருந்தாள். அவளுக்குத் தெரியும் படியும் நபர்களை, பிசிறும் நபர்களை. துண்டடியாக வெட்டிப் பேசி வியாபாரம் நிகழும். பிசிறும் கூட்டத் திற்கு டிக்கட் கிடைப்பதில் நம்பிக்கையின்மை, நெரிசலின் அவதி போன்றவைகளை போதிப்பாள். சாந்தி, மலரிடம் கமிஷன் விகிதத்தில் டிக்கட்டுகள் வாங்கிக் கொண்டாள். டிக்கட் விற்றதும் வேசைத் தொழிலுக்கான ஆட்களை வளைப்பதை செய்ய அவளுக்கு சைக்கிள் ஸ்டாண்டு பொருத்தமான இடமாகத் தேர்வு செய்திருந்தாள். ஓடுபோல் உருவம். காற்றில் மிதந்து வருவது போல் வருவாள். சாந்தி இப்போதெல்லாம் கௌன்டருக்குச் சென்று டிக்கட் வாங்கு வதை விட்டிருந்தாள். செல்லதுரைக்கும் பாரிக்கும் சண்டை மூட்டிப் போட்டுக் கொடுத்துவிட்டாள் என்று ஆயிரம் விளக்கு சுரங்கப் பாதையில் வைத்து அடித்து மண்டையை உடைத்துவிட்டார்கள். ஆனால் அப்பிரச்சினைப் பற்றி இதுவரை மூச்சு விடாதிருந்தது கெட்டிக்காரத்தனம் என்று அவளை அவளே மெச்சிக் கொண்டி ருந்தாள். அப்பிரச்சினை முழுதும் வெளிவரும் சமயத்தில் சாந்தி

எல்லோரின் நம்பிக்கையையும் இழக்க வேண்டி வருமென அஞ்சி னாள். குளியலறையில் பாடும் நிதானமான குரலில் பட்டு கரகரத்துக் கூவுவாள். ஒத்தக்கை சண்முகம் தன் சிறுவர் சகாக்களுடனும் பாக்கு மெல்லும் தோரணையுடனும் திரையரங்க வளாகத்தினுள் நுழைந்தான். கார்களின் மந்தையில் ஒரு அம்பாசிடர் கார்மீது சாய்ந்து நின்று கொண்டான். சிறுவர் குழுக்கள் பிரிந்து உலாவ ஆரம்பித்தார்கள். சண்முகம் விற்கும் டிக்கட்டுகள் அனைத்தும் அலிபாபாவினுடையது. கமிஷனும் தந்து செலவுகளும் செய்யும் அலிபாபாவிற்குத் தீவிரமான விசுவாசியாக இருந்தான் சண்முகம். சண்முகத்தின் கண்கள் சதா மேய்ந்தபடி இருக்கும். புதிய போலிஸ் காரர்கள் யாராவது நியமிக்கப்படும் பட்சத்தில் அனைவரும் அனுமதி விளக்கு நிறுத்த நடையோரம் சென்று விற்றுக் கொண்டிருப்பார்கள். ஆனால் அதிகமும் புதியவர்கள் வருவதில்லை. எப்போதும் "ரூல்தடி" தான் வருவார் சைக்கிளைத் தள்ளிக் கொண்டு. சண்முகத்தைச் சுற்றி வேடிக்கைப் பார்த்துக் கொண்டிருக்கும் கூட்டத்தைப் பொருட் படுத்தாது தெனாவட்டாகப் புகைத்துக் கொண்டிருந்தான். கும்பல் அதிகமானபோது நாகரீகமாகத் திட்டினான். கும்பல் அசைந்து கொடுத்தது. செக்யூரிட்டிகள் கழிகளைத் தரையில் தட்டிக் கொண்டு கை மடிப்பில் பதுக்கிய டிக்கட்டுக்களை ஆட்கள் கடக்கும் போது கேட்டு விற்றுக்கொண்டிருந்தார்கள். அந்நேரத்தில் மட்டும் அவர் களிடம் கையூட்டு பெறும் களை வந்து போய்க் கொண்டிருந்தது.

காட்சி ஆரம்பிக்க சிறிது நேரத்திற்கு முன் "ரூல்தடி" வந்தார் சைக்கிள் பின்னிருக்கையில் செருகப்பட்ட தடியுடன். நிர்வாகம் காட்சி ஆரம்பிக்கும் வரை கடமை ஆற்ற வேண்டும் என்று அனுமதி வாங்கிய நபர். பிளாக் டிக்கட் விற்பவர்களிடையே புழங்கும் அவரின் அடைமொழிப் பெயர் அவரின் நிஜப்பெயரை நிர்வாகம் வரை மறக்கடித்திருந்தது. நீளவாகில் கழுகு போல் இருக்கும் முகம். சீருடையில்லாமல் வருவது அவருக்கு வசதியாக இருந்தது. வந்தவுடன் பெரிய தலைகள் மெதுவாகக் கழன்று கொள்ளும். சிறுவர்கள் டிக்கட்டுகளை விற்று ஒப்படைத்துவிட்டது போல் சுவரோரம் போய் உட்கார்ந்து கொள்வார்கள். அதில் அவருக்கு குமார் மீது ஒரு கண் இருந்துகொண்டேயிருந்தது. அவரும் ஒரு காரின் மீது சாய்ந்து கொண்டார். நோட்டம் விட்டுக் கொண்டிருந்தார். சிறுவர்கள் அவர் பார்க்காத நேரமாய் கூவுவதும் அவரை மறைமுகமாகக் கிண்டலடிப்பதுமாக இருந்தார்கள். அவருக்குத் தெரியும் அவர்கள் தன்னை கிண்டல் செய்கிறார்கள் என்று. அதற்கு எதிர் வினையாக மாதத்திற்கு ஒருவன் வீதம் கேஸ் பதிவு செய்து வஞ்சம் தீர்த்துக் கொள்வார். கேஸ் பதிவிற்கு அழைத்துச் செல்லும் போது தகப்பன் மகன் மீது போட்டிருப்பது போல் தோள்மீது கை போட்டு அழைத் துச் செல்வார். சாந்தியின் தம்பி தலையில் கட்டுடன் சைக்கிளில் பெல்லடித்தபடி வந்து கொண்டிருந்தான், கூட்டத்தைப் பார்த்தபடி.

அவனைக் கூப்பிட்டார். அவன் இவரைப் பார்த்தவுடன் வெடுக்கென்று வணக்கம் வைத்தான்.

"என்னடா கட்டு?" என்றார்.

"ஒண்ணுமில்ல சார்."

"ஒண்ணுமில்லையா தேவ்டியா மொவ்ன. இழுத்துருவேங் இழுத்து" என்றார்.

"விழுந்திட்டேங் சார்" என்றான்.

"எங்கேருந்து?"

"படிக்கட்லேர்ந்து."

"எந்தப் படிக்கட்லேர்ந்து?" என்றபோது திணறி யோசித்தான்.

"தேவ்டியாப் பயலே, எல்.ஐ.சி லேந்தா விழுந்த இந்தப் பெரிய கட்டு போட்ருக்கு? எங்கிட்டியே பொய் சொல்றியா? ஒரு கேஸ் ஒண்ணு போடுவமா?"

"வேணாம் சார்" என்றான் வரவழைத்துக் கொண்ட பரிதாபத்துடன். அவனைப் பார்த்தார். பின்பு அவனே, "அலிபாபா அடிச்சிருச்சி சார்" என்றான்.

"நாறத்தேவ்டியாப் பயலுவளா திருந்தவே மாட்டீங்கடா?... ஆமாம் எங்க போற?" என்றார்.

"வண்ணாரப்பேட்டைக்கு சார்."

"அங்கென்ன வேல?"

"ப்ளாஸ்டிக் கம்பெனில வேலை சார்" என்றான். உண்மையிலேயே அவருக்கு ஆச்சர்யம் வந்தது.

"அதாங் ஆளப் பார்க்க முடியலையா?" என்றார்.

"ஆமா சார்."

யோசனையாய் வானத்தைப் பார்த்தபடி வலது கை மடிப்பிலிருந்து ஒரு டிக்கட்டை உருவி எடுத்து அவனிடம் கமுக்கமாகக் கொடுத்தார். அவன் மறுக்க முடியாத பரிதாபத்துடன் விழித்தான்.

"இத மட்டும் மாத்திக் குடுத்துட்டுப் போ. ஒண்ணே ஒண்ணு தாங்" என்றார்.

வாங்கிக்கொண்டு கம்மென்று நின்றான்.

"கூவுடா" என்றார்.

சுவரோரமாய் உட்கார்ந்திருந்த சிறுவர்கள் கமுக்கமாக சிரிப்பதை சாடையாக கவனித்தவராய் கருவிக் கொண்டு லேசாக தலையாட்டிக் கொண்டார்.

சாந்தியின் தம்பி தலைக் கட்டில் ஒரு கரம் வைத்துக் கொண்டு கடப்பவர்களைப் பகிரங்கமாக நிறுத்தி "டிக்கட் வேணுமா?" என்றான்.

"ஹோய் அப்படிப் போய் கூவு" என்றார்.

சைக்கிளை நிறுத்திக் கூட்டத்தில் அலைய ஆரம்பித்தான். அவர் அளித்து விற்கச் சொல்லும் டிக்கட்டுகளை அவருக்கான ஒரு ரகசிய தொலைவில் நின்று விற்க வேண்டும் என்று கட்டாயத்தை ஏற்படுத்தும் அளவுக்கு சிறுவர்கள் அவருக்குப் பாடம் சொல்லிக் கொடுத்திருந்தார்கள். ஏனெனில் சிறுவர்கள் டிக்கட்டுகளோடு மறைந்து விடுவார்கள். ஒரு வாரமில்லை ஒரு மாதமில்லை பிடிக்க முடியாது. கண்ணெதிரே நின்றாலும் பிடிக்கவரும் நேரம் சிரித்துக் கொண்டு தும்பியாய்ப் பறப்பார்கள். ஆத்திரம் முட்டிக் கொண்டு வரும் அவருக்கு. அதில் அவர்கள் ஆனந்தமடைவார்கள். பழிப்புக் காட்டுவார்கள். அவர் முகத்தைப் போல. தடியை எடுத்துவிட்டு வீசுவார். தடியை எடுத்து வந்து கொடுத்துவிட்டு ஓடுவார்கள்.

ஒன்றும் இயலாமல் "தேவ்டியா மொவ்னே" என்றால், சிரித்துக் கொள்வார்கள் சிரிப்பு வார்த்தை சொன்னது போல். அவர் எல்லா வார்த்தைகளைவிடவும் அவ்வார்த்தையைதான் அதிகமும் பயன் படுத்துவார்.

சாந்தியின் தம்பி டிக்கட்டை விற்றுக் கொண்டு வந்து கொடுத்தான். அவர் நிதானமாகப் பிரித்துப் பார்த்துவிட்டு சொக்காயிலிருந்து ஐம்பது காசு எடுத்துக் கொடுத்தார். அவன் அவரையும் காசையும் பார்த்தான். சிரித்துக் கொண்டார். அவன் சைக்கிளை நெட்டிக் கொண்டு கிளம்பினான். ரூல்தடி ஒருமுறை அவனைத் திரும்பிப் பார்த்துக் கொண்டார்; குற்ற உணர்வு நிமிண்ட. அவன் சென்று கொண்டிருந்தான். பின்பு அருகில் உள்ள உணவு விடுதிக்குச் சென்று தேநீர் குடித்துவிட்டு வந்தார். அதற்குள் சிறுவர்கள் ஒரு வட்டம் அடித்துவிட்டு வந்து உட்கார்ந்தார்கள். ரூல்தடி வந்ததும் சுவரோரம் நின்று கொண்டிருந்த குமாரைக் கூப்பிட்டார்.

"நானா?" என்றான்.

"ஒன்னத்தாண்டா வாடா."

"எதுக்கு சார்?" என்றான் அங்கிருந்தபடியே சத்தமாக. "வாடாங் கிறேங்" என்றார். அவன் போட்டிருந்த மேல் சட்டை கால் முட்டி கடந்து தொங்கிக் கொண்டிருந்தது. அவர் எட்டிப் பிடிக்க முடியாத தூரத்தில் வந்து நின்று சிரித்தான், காரை படிந்த பற்களைக் காட்டிக் கொண்டு. அவன் எட்டிப் பிடுங்கிக் கொண்டான் அவர் நீட்டிய டிக்கட்டை. ஒரு கும்பல் கடந்த போது "கூவு கூவு" என்று துரிதப்படுத்தினார். வேறெங்கோ பார்ப்பது போல் அவனைக் கவன மாகப் பார்த்துக் கொண்டிருந்தார். மலரும் சண்முகமும் திரையரங் கத்தைவிட்டுச் சென்றிருந்தார்கள். குமார் அவனையொத்த வயது டைய சிறுவன் ஒருவனிடம் விற்பதைப் பார்த்து நெருங்கி வந்தார். ரூல்தடி வருவதை யூகித்த குமார் பணத்தை வாங்கிக் கொண்டு கார்களின் மந்தை சந்துக்களில் நுழைந்து ஒரு காரின் பின்புறத்தில் சிரிப்பை அடக்க முடியாமல் அடக்கிக்கொண்டு உட்கார்ந்தான். "டேய் டேய்" எனக் கத்திக்கொண்டு வந்தார். பிறகு இருவரும் அந்தக் காரைச் சுற்றிச்சுற்றி வந்தார்கள். அவர் அவனைத் திட்டினார். அவன்

25. என் வீட்டின் வரைபடம்

சிரித்துக் கொண்டே ஓடினான். சிறுவர்கள் சத்தம் போட்டுச் சிரித் தார்கள். ரூல்தடி அதைப் பொருட்படுத்தாது பரிதாபமாக அவனைப் பின் தொடர்ந்து கொண்டிருந்தார். சிறு குழந்தையின் விளையாட்டுப் பொருளைத் தூக்கிக் கொண்டு பெரியவர்கள் வம்பு செய்வது போலி ருந்தது. பிறகு குமார் எட்டி நின்று கொடுத்தான். நின்று சரிபார்த்தார். மற்ற சமயமாக இருந்தால் அவனைப் பிடிக்கவேண்டுமென்று முனைந் திருப்பார். பணம் கைக்குக் கிடைத்தால் போதுமென்ற நிலைக்கு ஆக்கிவிட்டிருந்தான் அவரை. குமார் கை நீட்டினான். "ஒரு மயிரும் கிடையாது போடா" என்றார். அவன் சிரித்துக்கொண்டே கை நீட்டிக் கொண்டிருந்தான். சொக்காயிலிருந்து ஐம்பது பைசா எடுத்துக் கொடுத்தார். "ஒரு டீ ரெண்ரூபா சார்" என்றான். "ஒத விழும்" என் றார். குமார் காசைச் சொக்காயில் செருகியபடி தன் சகாக்களுடன் சென்று அமர்ந்து கொண்டான். உள் கதவு திறக்க ஆரம்பித்தபோது கூட்டம் திமுதிமுவென முட்டிக் கொண்டு ஓடியது. சாந்தி பின்கேட் வழியாகச் சென்றாள் வெளியே. ரூல்தடி உள்ளே சென்று ஊழியர் களிடம் பேசிக் கொண்டிருந்தார். டிக்கட்டுகள் கிழித்து அனுப்பப் பட்டவுடன் சிறிதுநேரத்தில் அவரும் சினிமா பார்க்க உரிமையாகக் கதவைத் திறந்துகொண்டு உள்ளே நுழைந்தார்.

மறுநாளும் பிளாக் டிக்கட் விற்பவர்களுக்கு சோகமாகத்தான் விடிந்தது. சிறைச்சாலையிலிருந்து சாந்தி வந்திருந்தாள். தையல் எந்திர ஷோரூம் முன்பு பட்டு சாந்தியிடம் நிர்வாகத்தைப் பற்றிச் சொல்லிக் கொண்டிருந்தாள். மலர் லேசான போதையில் இருந்தாள். சண்முகம் அருகிலுள்ள லாட்டரிக் கடையில் அதிர்ஷ்டம் சோதித்துக் கொண்டிருந்தான்.

"ஒன்ன காலைலதாங் உட்டானுங்களா?" என்றாள் பட்டு. "முன்னூர்பா பைனு வேற" என்று அலுத்துக் கொண்டாள் சாந்தி. "நீ ஜட்ஜையாகிட்ட சொல்ல வேண்டியதுதான. ஐயா இந்த மாதிரி சும்மாச்சிக்கும் கேஸ் போட்டு இளுத்திட்டு வரானுவன்னு" என்றாள் பட்டு. கம்மென்றிருந்தாள் சாந்தி.

"அது அவுங்களுக்கா தெரியணும். மொலையுமில்லாம சூத்து மில்லாம எதப்பாத்து ஓக்கவருவானுங்கன்னு" என்றாள்.

"ஒம்மொவன் பட்டறைக்கிப் போவாம அந்த தேட்ராண்ட சுத்திக் கிட்டிருக்கானாம்" என்றாள் சாந்தி.

"யார் சொன்னா?" என்றாள் மலர்.

"குமார் சொன்னாங்."

அதை நம்புவதற்குப் பிரியப்படாமல் "சும்மா சொல்லிருப்பாங்" என்றாள் பட்டு. மலரும் அதையே ஆமோதித்தாள்.

"ம் அவனுக்கு ஆசை புளுவுறதுக்கு" என்றாள் சாந்தி.

காலைக் காட்சிக்கு மலரும் பட்டுவும் டிக்கெட்டுக்கு முயற்சித்து தோற்றார்கள். சாந்தி ஒரு டிக்கட் எடுத்துக்கொண்டு சைக்கிள் ஸ்டாண்ட் பக்கம் சென்று நின்று கொண்டிருந்தாள்.

பாரி கௌண்டர் கதவையடைத்து வெளிச்செல்லும்போது "என்ன பாரி வாட்ச்மேனெல்லாம் டிக்கெட் விக்கிறாங், நீ கேக்குற கமிஷன நாங்க தரமாட்டமா?" என்றாள் பட்டு.

"சும்மா ஒளறாத பட்டு... யார் சொன்னா வாட்ச்மேன் விக்கி றான்னு?... யார்னு காட்டு வா" என்றான்.

"எல்லாம் எங்களுக்குத் தெரியும்" என்றாள் அழுத்தமாக. "ஒரு கைக்கி பத்து ரூபா மேனி கெடச்சாப் போதுங்கிறாங்? எத வச்சி சொல்றாங்."

"யாரு கிட்ட சொன்னாங்?" என்றான் பாரி.

"எங்கிட்டயா சொல்வாங் பூனப் பய" என்றாள் பட்டு.

"யாரு மகாலிங்கமா?"

"அத நாங்க சொல்லிதாங் நீ தெரிஞ்சிக்கணுமா? டிக்கட்டு குடுத்த ஒனக்குத் தெரியாதா?" என்றாள்.

"கடுப்பு வந்திரும் ஆமா" என்றான் பாரி ஆத்திரத்துடன். "சும்மா எதையாவது புளுவிகிட்டு நிக்க வேண்டியது."

சரவணன் படிக்கட்டிலிருந்து இதைப் பார்த்தபடியே கீழிறங்கி வந்தான். சரவணன் வருவதைப் பார்த்தவுடன் பாரி கிளம்பினான். அதற்குள் "என்ன பிரச்சினை?" என்றான் வந்தபடியே.

"வாட்ச்மேன் டிக்கட் விக்கிறானாம்" என்றான் பாரி சலிப்புடனும் சத்தத்துடனும்.

"நீ வேணா வாட்ச்மேனா வந்திடேங் பட்டு" என்றான் சரவணன் நக்கலாக. பட்டு அவமானப்பட்டவள் போல நின்று கொண்டிருந் தாள். மலரும் எதுவும் சொல்ல இயலாதவளாய்ப் பார்த்துக் கொண்டிருந்தாள்.

"புதுசெட்டியார்கிட்ட சொல்லி சம்பளம் கூட்டிப்போட சொல்றேங். மாசத்துக்கு ஒனக்கு குளிக்கிறதுக்கு ஒரு பெரிய லைபாய் சோப்புப் ஃபிரீ. என்ன சொல்ற?" என்றான் சரவணன். அனைவரும் சிரித்தார்கள்.

"போடா பொட்ட பச்சோந்திப் பயல" என்றுவிட்டு திரும்பி நடந்தாள். மலரும் அவளுடன் திரும்பி வந்தாள். இந்த சமயத்தில் அவர்களோடு சண்டை போடுவது சரியல்ல என்பது போல வந்து கொண்டிருந்தாள். சரவணனுக்கு பட்டுவின் பூர்வீகம் தெரியும். இது அவனுக்கு ஒரு வசையே கிடையாது. இதைவிட மோசமாகத் திட்டியிருக்கிறாள். அவளிடம் திரும்பிப் பேசினால் வசைகள் கூடுதல் ஒலித்திறனில் கூடிக் கொண்டே போவதை இறந்துபோன பெரியவரே வந்தாலும் நிறுத்த முடியாது என்பதை அவர்கள் அறிவார்கள்.

திரையரங்கத்தினுள் நுழைந்த சாந்தியின் கண்கள் அலைந்து கொண்டிருந்தன, இருக்கையிலுள்ள ஆண்களின் முகங்களைத் தடவியபடி.

உலகின் நம்பகமான உயவு எண்ணெய்கள், சொகுசுக் கார்கள், நகரத்தின் பிரம்மாண்டமான ஜவுளிக் கடைகள், ஊது குழலிலும், வீணையிலும் தொங்கும் பொன் நகைகள், மணலில் பாதி புதைந்து கிடக்கும் வைரங்கள், விளையாட்டு வீரர்கள் சிபாரிசு செய்யும் ஊட்டச்சத்துப் பானங்கள், குளிர்பானங்களுக்காக தோழியையும் தோழனையும் மாற்றிக் கொள்ளும் நபர்கள் என விளம்பரங்கள் விரிந்து கொண்டிருந்தன. சாந்தி தனக்கான காரியத்தில் இரண்டு மூன்று இருக்கைகள் மாறி மாறி அமர்ந்தாள். மூலையில் ஒருவன் எதற்கோ பயந்துகொண்டு உட்கார்ந்திருப்பவனைப்போல விளம்பரம் பார்த்துக் கொண்டிருந்தான். அவனிடம் சென்று அருகில் "ஆள் வருகிறார்களா?" என்றாள். அவன் "இல்லை" என்றான். அவன் அருகில் அமர்ந்துகொண்டு விளம்பரம் பார்த்தாள். செய்தித்துறை விவரணை ஒன்று போட்டார்கள். சாந்தி அவன் கண்பட தன் மேல் சட்டை பித்தான்களை கழற்றி மீண்டும் மாட்டினாள். இருளில் அவனைப் பார்த்துச் சிரித்தாள். இருக்கையைப் பார்த்துக் கொள்ளும் படி கூறி பெண்கள் பக்க கழிவறைக்கு சென்று நின்று கொண்டிருந்தாள். படம் ஆரம்பித்த பிறகு உள் நுழைந்து வந்து அவனருகில் உட்கார்ந்து அவனைப் பார்த்தாள். அவன் தீவிரமாகப் படம் பார்த்துக் கொண்டிருப்பதாக பாவனை செய்து கொண்டிருந்தான். எதேச்சையாகத் தொடுவதுபோல் அவன் கைகளை உரசி விலகினாள். சட்டென்று உரிமையுடன் அவன் தொடைகளில் கை வைத்தாள்.

அவன் முழுதாய் இவளிடம் வசமாகிப் போன பிறகு அவனை விடுதிக்குப் போகலாம் என்று அழைத்துப் பார்த்தாள். அவன் ஊருக்கு செல்லவேண்டும் என்றும், செல்லும் வழியில் சினிமா பார்க்க வந்ததாகவும் கூறினான். அவன் இவளின் மார்புகளை தொட முயன்ற போதெல்லாம் லாவகமாக தட்டிவிட்டுக் கொண்டிருந்தாள். எல்லாவற்றிற்கும் இயைந்துவிட்டபின் மார்பை மட்டும் தொடவிடாமல் செய்து கொண்டிருந்தது வியப்பாகவும் கேள்விக்குறியாகவும் இருந்தது. அவனைக் கழிவறைக்குச் செல்லும்படி பணித்தாள். சற்று நேரம் கழித்து இவளும் சென்றாள்.

ஆண்கள் கழிவறையில் சளசளவென நீர் வடியும் சப்தம் கேட்டுக் கொண்டேயிருந்தது. இவள் உள் நுழைந்ததும் அவனை அழைத்தபடி ஒரு அறைக்குள் புகுந்தாள். கதவு சாத்தப்பட்டதும் துளியும் வெளிச்சமற்ற அவ்வறையில் அவனுக்கு திக்கென்றிருந்தது. அவன் "எவ்வளவு வேண்டும்?" என்றான். "கொடுப்பதைக் கொடு" என்றாள். மார்பைத் தொட்டான். பித்தான்களை பிரிக்க முயன்றபோது அவனை சீக்கிரம் அனுப்பும் முயற்சியாக பேசி தட்டிவிட்டாள். ஒரு குயுக்தியுடன் ஆங்காரமாகத் தழுவி பித்தானை விடுவித்தான். இருளில் எது எதுவோ மெல்லிய சப்தத்துடன் விழுந்தன. அவள்

சிரித்தாள். இருளில் பற்கள் மங்கலாகத் தெரிந்தன. கீழே குனிந்து அவள் தன் மணிப்பர்ஸை எடுத்துக் கொண்டாள். அவளின் சூம்பிப் போன மார்பகத்தை தடவிப்பார்த்து ஏமாந்தான். அவள் அவனைக் கட்டிப்பிடித்தாள்.

கதவைத் திறந்து வெளிவந்தபோது உள் நுழைந்த வெளிச்சத்தில் பார்த்தான். அவள் கதவைச் சாத்திக்கொண்டாள். உள்ளே நிறைய சுருட்டப்பட்ட காகிதங்களும் மடிப்பு மடிப்பான காகிதங்களும் கிடந்தன. அவள் எதிர்பார்த்திருந்ததைவிட அவன் அதிகமாகவே தந்திருந்தது அவளுக்குத் திருப்தியைத் தந்தது. அவன் வெளியேறிய பிறகு ஆடைகளை சரிசெய்தபடி உள்ளேயிருந்த கண்ணாடியில் பார்த்துக் கொண்டு வெளியே வந்தாள். சுருட்டிய காகிதங்களை குப்பைக்கூடையில் கொட்டிவிட்டு திரையரங்கை விட்டு வெளியே வந்தாள். அவளுக்கு இனந்தெரியாத திருப்தியும் வேதனையும் இருந்தது.

நள்ளிரவில் மலிவு வாடகை விடுதியறையில் மலரும் சண்முகமும் காத்திருந்தார்கள். சண்முகம் தொடர்ந்து புகைத்துக் கொண்டிருந்தான். அவ்வப்போது மலர் அவனிடமிருந்து வாங்கிப் புகைத்து திருப்பிக் கொடுத்தாள். குளித்து பூ வைத்து மலர்ச்சியாக இருந்தாள். அறையில் அதிக வசிப்பற்ற வறட்சி காணப்பட்டது. மட்கிய வாடை வந்து கொண்டிருந்தது. பழங்கால இரட்டைக் கதவு போடப்பட்ட விடுதி. சன்னல் கதவுகளுக்கு பச்சை வண்ணம் அடித்திருந்தார்கள். சுற்றிலும் நவீன வசதிகள் பெருக்கத்துடன் கட்டிடங்கள் எழும்பி நின்று கொண்டிருக்க, எல்லாக் கட்டிடங்களுக்கும் பின்புறம் குள்ளமாய் சிக்கிக் கொண்டிருந்தது. பழங்கால மின்விசிறி அபாயத்தன்மை யோடு முறுக்கிக்கொண்டு சுற்றிக் கொண்டிருந்தது. படிக்கட்டில் சப்தம் கேட்டவுடன் வாசனைப்பாக்கைக் கிழித்துப் போட்டுக் கொண்டாள் மலர். கதவு தட்டப்பட்டவுடன் சண்முகம் எழுந்து சென்று திறந்தான். அலிபாபா பாரியை அழைத்து வந்திருந்தான். பாரியின் முகம் இறுக்கமாயிருந்தது. சண்முகம் கதவைச் சாத்தி தாழிட்டான். மலர் நன்றாகப் புன்னகைத்து "உட்கார் பாரி" என்றாள். பாரி சகஜமாக இருக்க முடியாமல் தத்தளித்துக் கொண்டிருந்தான். சண்முகம் கட்டிலுக்கு அடியிலிருந்து மது பாட்டில்களை எடுத்தான். "எதுக்கு பாபா இதெல்லாம்?" என்றான் பாரி. "சும்மா" என்றான் அலி பாபா. பாட்டில்களைத் திறந்து ஒருமுறை உபயோக வெள்ளைப் பிளாஸ்டிக் டப்பாக்களில் ஊற்றினான் சண்முகம்.

"செட்டியார் ஆளுங்க யாராவது பார்த்தா பிரச்சினையாயிடும்" என்றான் பாரி. "ஒண்ணும் ஆவாது" என்றான் அலிபாபா. "என்னோட பிரண்டுக்கு நான் பார்ட்டி குடுக்குறேங். இதுல யார் என்ன சொல்ல முடியும்?"

வெளியிலிருந்து "பாபா" என்று ஒரு பெண்குரல் கேட்டது. அனை வரும் கதவைப் பார்த்தார்கள். அலிபாபா சண்முகத்திடம் "தொறந்து

விடு" என்றான். சண்முகம் தாழ்நீக்கி திறந்தபோது வசந்தி கைப்பை யுடனும் மடக்கிய குடையுடனும் உள்ளே நுழைந்தாள். அவளும் மலர்ச்சியாக இருந்தாள். வரும்போதே "சண்முகம் மழை வருதா பாரு. என்ன, பாரியெல்லாம் இந்தப் பக்கம்?" என்றாள். பாரிக்குள் வசந்தியின் வார்த்தைகள் ஊடுருவிச் சென்றன. அதைப் பெருமையாக நினைத்தான். அவன் சிலமுறை வசந்தியோடு உடலுறவு கொண்டிருந் தாலும் எத்தனை முறை அனுபவித்தாலும் தீராத அழகு அவளிடம் இருப்பதாக எண்ணிக் கொண்டிருந்தான். வசந்தி இடைக்காலத்தில் பாரியை ஒரு பொருட்டாக மதிக்காத அளவிற்கு அவளின் அழகும் வனப்பும் பெரிய ஆட்களை மடிய வைத்துக் கொண்டிருந்தது. இன்றுவரையும் அப்படித்தான்.

"ஒத்தக்கை நவுரு . . . நவுரு . . . எத்தன நாளாச்சி பாரிகூட ஒக்காந்து பேசி" என்று பாரியின் அருகில் வந்து உட்கார்ந்து கொண்டாள். "எனக்கு ஒரு கை போடுங்கப்பா."

சண்முகம் இன்னொரு டப்பாவை எடுத்து வைத்து ஊற்றினான். மிச்சமிருந்த டப்பாக்களை அலிபாபா வாங்கி முன்னால் வைத்ததிற்கு முக்கிய காரணம் இருந்தது. அதில் இன்னும் நான்கைந்து டப்பாக்கள் வரிவரியாய் இருந்தன. மது அருந்தப்போகும் நபர்களின் எண்ணிக் கையை முன்கூட்டியே உணர்ந்து டப்பாக்கள் வாங்கவில்லை என்பதை நிரூபித்திருந்தான் கணக்கற்ற டப்பாக்களை வாங்கியதன் மூலம்.

அலிபாபா முதலில் ஒரு டப்பாவை எடுத்து அவர்கள் முன் தூக்கிக் காட்டிவிட்டு குடித்தான். அனைவரும் குடித்தார்கள். பாரி முழுமையாய் சந்தேகிக்க முடியாதபடியும் எச்சரிக்கை உணர்வோடும் குடித்தான். அலிபாபா கனைத்துக்கொண்டு காராசேவை அள்ளி வாயில் கொட்டிக்கொண்டான். வசந்தி பாரியின் தொடைமேல் தன் தொடையை தூக்கிவைத்து நெருங்கி அமர்ந்தாள்.

"சில விஷயம் பேசணும்னுதாங் பாரி ஒன்ன கூட்டியாந்தது" என்று ஆரம்பித்தான் அலிபாபா. பாரி அவனைப் பார்த்தான்.

"வீட்லயும் ஒரே தொல்ல. பழகின நாமெல்லாம் ஒருத்ர ஒருத்தர் மொறைச்சிகிட்டு. நீ என்ன நெனச்சாலும் நெனச்சிக்க. எனக்கு உண்மையிலே மனசு ரொம்ப கஷ்டமா இருந்திச்சி. சின்னவருக்கு என்ன? ஒன்னயும் என்னையும் தட்டிவுட்டுட்டு, காரியம் பாத்துட்டு போய்டுவாரு. ஆனா இத்தன வருஷமா பழகின நாமதாங் சண்டை போட்டுக்கணும்."

"ஒனக்கேத் தெரியும் மூர்மார்க்கெட்ல கார்ஸ்டாண்ல ஒருத்தன சண்முகம் குத்தினது. அதுக்காக சண்முகத்த விட்டுற முடியுமா? பாவம் ஒரு கை இல்லாதவங். சரி ஓடுற வரைக்கும் ஓடட்டும்னு பார்த்தேன்."

இரண்டாவது சுற்று அலிபாபா எடுத்து இறக்கிக் கொண்டான். பாரியை கையமர்த்தி "ஒனக்குப் போதும்னு நெனக்கிறப்ப நிறுத்திக்க"

என்றான். பாரியின் உள்தடை மெல்ல விலக ஆரம்பித்தது. "நம்மளுக் குள்ள பிரச்சனை வேணாம். நல்லபடியா எப்போதும் போல இருக்கணும்ங்கிறத சொல்லத்தாங் இந்த பார்ட்டியே." பாரி இரண்டா வது சுற்றுக் குடித்தான்.

வசந்தி டக்கென்று பாரியின் கன்னத்தில் அழுத்தி முத்தம் கொடுத்தாள். பாரி அலிபாபாவைப் பார்த்துச் சிரித்தான். அலிபாபா சண்முகத்திடமிருந்து ஒரு சிகரெட் வாங்கி உதட்டில் தொற்றினான். பாரி லைட்டரைப் பற்ற வைத்து நீட்டினான். சண்முகம் மூன்றாவது சுற்று ஊற்றினான். அலிபாபா புகையை மேல் நோக்கிவிட்டான். சுவற்றில் சாய்ந்து கால்களை நீட்டிப்போட்டுக் கொண்டான்.

"என்னோட ஆசையெல்லாம் படிப்படியா முன்னேறி நீ மேனே ஜரா ஆயிடணும்ங்கிறதுதாங்" என்றான் அலிபாபா. பாரி தோழமை உணர்வுடன் சிரித்தான்.

வசந்தி பாரியின் கையைக் கோர்த்துப் பிடித்துக் கொண்டபடி மதுவருந்தினாள்.

பாரி இரண்டுமுறை இருமிவிட்டுப் பேசினான். "பாபா பழையபடி இல்ல. தியேட்டர்ல ரஷ் கொறைஞ்சிருச்சி. அவுங்க சில நடவடிக்கை எடுக்குறாங்க. என்னால ஒண்ணும் செய்ய முடியல."

"சின்னவரு ரொம்ப ஸ்ட்ரிக்ட். ஆனா நல்ல டைப். தங்கச்சி கல்யாணத்துக்கு பணம் தரேன்னு சொல்லியிருக்கார். ஒனக்கு என்ன வேணுமோ கேள். செஞ்சி தர்றேங். ஆனா ஒழுங்கா நடந்துக் கணும்ங்கிறார்."

"காலம் வரைக்கும் நாங் கமிஷனுக்கு டிக்கட் வித்தும், சம்பளத்தப் போட்டும் பாத்தாகூட மொத்தமா பணத்தப்போட்டு கல்யாணத்த பண்ண முடியாது. ஒனக்கேத் தெரியும் சிஸ்டருக்கு வயிசு ஏறிக் கிட்டேப் போவுது."

"இந்த எடத்துல நீயா இருந்தா என்ன பண்ணுவ சொல்லு?" என்றான் பாரி. அலிபாபா புகையை விட்டபடி ஆமோதிப்பதாய் தலையாட்டினான்.

சிறிது நேரம் அமைதி நிலவியது.

வசந்தி பாரியின் முகத்தில் அவள் முகத்தை வைத்துத் தேய்த்தாள். அலிபாபா புன்னகைத்து எழுந்தான். வசந்தி முத்தமிட்டாள்.

"வசந்திக்கு ஓம்மேல லவ்வு. நீதாங் கண்டுக்க மாட்டங்குற" என்றான் சண்முகம், சிரித்தபடி எழுந்து.

"நான் என்ன கல்யாணமா பண்ணச் சொல்றேங். அப்பப்ப கண்டுகிட்டா போதும்னுதானே சொல்றேங்" என்றாள் வசந்தி குறும்புடன். அனைவரும் சிரித்தார்கள்.

பிறகு அலிபாபா உல்லாசத்திற்கான கண்ணசைப்பை வெளியிட்டு வெளியே சென்றான். சண்முகம் கூடவே சென்றான். மலர் எழுந்து சென்று கதவை சாத்திவிட்டு வந்தாள். வசந்தி பாரியை சிறு

குழந்தை போல் கட்டிப்பிடித்தாள். மலர் மற்றொரு சுற்று ஊற்றிக் குடித்தாள். அருகாமையிலுள்ள இசை மையக்கடையிலிருந்து ஒரு ஹிந்திப் பாடல் தாள அதிகாரத்துடன் மிதந்து வந்தது. வசந்தி தலையை சிலுப்பி மார்புகளை ஆட்டி "சரிதானா நான் ஆடுறது" என்றாள் மலரைப் பார்த்து. "அவளுங்க சூப்பரா ஆடுறாளுவ" என்றாள் மலர். பாரி வசந்தியை கட்டிலில் சாய்த்து மொய்த்தான். பாரிக்கு மீண்டும் அந்த எச்சரிக்கை உணர்வு வந்து போனது.

படிக்கட்டில் உட்கார்ந்திருந்த அலிபாபா புகையை ஆழ உள்ளிழுத்துவிட்டான். சண்முகம் கீழ்படியில் உட்கார்ந்திருந்தான். மலர் மிச்சமுள்ளதை காலி செய்து கொண்டிருந்தாள்.

"போவுமா?" என அலிபாபா எழுந்தான்.

"பாரி?" என்றான் சண்முகம்.

"அவனால இன்னைக்கி எந்திரிக்க முடியாது" என்று கூறி நடந்தான். சண்முகம் அவன் வால்போல் ஒட்டிக்கொண்டு சென்றான்.

அலிபாபா, டிக்கட் கொடு அல்லது வேண்டாம் என எதுவும் சொல்லாமல் சென்றுவிட்டதில் பாரி அலிபாபாவுக்கு சாதகமான சலனத்தை உணர்ந்து கொண்டிருந்தான் தனக்குள்.

மறுநாள் காலையில் பாரி மிகுந்த உற்சாகத்துடன் அலிபாபாவை நெரிசல் மிகுந்த அப்பகுதிக்கு சென்று அவன் வீட்டில் சந்தித்தான். பாரி தன் வீடு தேடி வந்ததில் மிகுந்த மகிழ்ச்சியென்றான் அலிபாபா. பாரி இதுவரை அலிபாபாவை தவறாகப் புரிந்து கொண்டதாகவும் அதற்கு மன்னிப்பு கேட்டுப் போகத்தான் வந்திருப்பதாகவும் கூறினான். தேனீர் சாப்பிட்டுச் செல்லும்படி கட்டாயப் படுத்தினான் அலிபாபா. மௌனமாக இருந்தாலும் எவ்வளவோ பேசிவிட்டதாக உணர்ந்தான் பாரி. அலிபாபாவின் மனைவி தேனீர் எடுத்து வந்தாள். பாரி தேனீரை சுவைத்து "நல்லாருக்கு" என்றான். "இஞ்சி டீ" என்றான் அலிபாபா.

மனைவி உள் சென்ற பிறகு "வசந்தி என்ன சொன்னாள்?" என்றான் அலிபாபா. இன்றைக்கும் வரச் சொல்லியிருப்பதாக கூறினான் பாரி சிரித்தபடி.

"லாட்ஜிக்கு நீ எதுவும் குடுக்க வேணாம். நான் சொல்லியிருக்கேங். உனக்கு எப்போ சௌர்யமோ அப்ப வந்து போ. எதுனா பிரச்சனைன்னா எதுவும் நெனைக்காம பீடா கடைக்கி வா" என்றான் அலிபாபா.

பாரி நெகிழ்ச்சியுடன் கிளம்பினான்.

மூன்றாவது இரவு வசந்தியுடன் விடுதியில் தங்கியிருந்தபோது, போலிஸ் வந்து பாரியைப் பிடித்துக் கொண்டு போனது. வசந்தி எதுவும் சொல்லாமல் கிளம்பி தெருவில் வந்து கொண்டிருந்தாள். பின் ஒரு சந்தில் சட்டென ஓடி மறைந்தவளை காவலர்கள் பெயருக் காக துரத்துவது போலிருந்தது பாரிக்கு. பாரியை போலிஸ் நிலையத்

திற்கு அழைத்துச் செல்லாமல் நேராக திரையரங்கத்திற்கு அழைத்துச் சென்றவுடன் ஏதோ திட்டமிட்டு நடப்பதாக யூகித்துக் குழம்பியபடி சென்று கொண்டிருந்தான்.

கேபின் வாசலில் உட்கார்ந்திருந்த சின்னவர் அவனைக் கண்டவுடன் கோபமாகக் கத்தியபடி எழுந்து வந்தார். பாரியின் சமாதானங்கள் எதுவும் எடுபடாமல் போய்க் கொண்டிருந்தன.

"இன்னும் அழகானத் தேவ்டியா கெடைச்சா டிக்கட்டெல்லாம் அந்த லாட்ஜிலே வித்துட்டு வந்திருவே இல்லியா" என்றபோது குனிந்து கொண்டு நின்றான்.

அவனுக்கு அந்நொடியிலிருந்து வேலை கிடையாது எனக்கூறி அவர் அறைக் கதவை சாத்திக் கொண்டார். கண்ணாடிக் கதவின் வழி கெஞ்சிக் கொண்டிருந்தான் பாரி. அவர் உள்ளிருந்து கத்துவது மௌனமாக வெளித் தெரிந்தது. அவன் அழுகையும் அவருக்கு அப்படியே தெரிந்தது. அவர் காரை எடுத்துக் கொண்டு சென்றுவிட்ட பிறகு சரியான பொறியில் சிக்கிக் கொண்டதாக உணர்ந்தபடி நின்றவனிடம் காவலர்கள் அறிவுரைக் கூறிக் கொண்டிருந்தார்கள். பிறகு அவனை வீட்டுக்குச் செல்லும்படிக் கூறிக் கிளம்பினார்கள்.

மறுநாள் தூங்கிக் கொண்டிருந்த மலரைத் தட்டி எழுப்பிய பட்டுக் கூறியதைக் கேட்டு கலவரமடைந்தவளாய் உட்கார்ந்திருந்தாள் மலர்.

போலிஸ்காரர்கள் பிடித்துச் சென்றுவிட்ட அவளது மகனையும், சண்முகத்தையும் எப்படி மீட்பது என்று தெரியாமல் அழ ஆரம்பித்தாள். பட்டு ஆறுதல் கூறிக் கொண்டிருந்தாள்.

பிறகு இருவரும் எழுந்து அலிபாபா அனுமதிக்கப்பட்டிருக்கும் தர்ம மருத்துவமனைக்கு செல்லத் தொடங்கினார்கள். "வேலையை விட்டுத் தூக்கின ஆத்திரத்தில பாரிதாங் ஆளு வச்சி செஞ்சிருப்பாங் கிறாங் சரவணன். எனக்குத் தெரியாதா? இவனுவ புளுவறதெல்லாம்" என்றாள் பட்டு, "பாரி ஒரு தொட நடுங்கிப் பய" என்றாள் மலர். ஆமோதித்தாள் பட்டு. பின்பு அலிபாபா பிழைத்துக் கொள்ள வேண்டும் என்று வாய்விட்டு வேண்டிக் கொண்ட பட்டு, "திட்டம் போட்டு செஞ்சிட்டானுவ தேவ்டியாப்பயலுவ" என்றாள். மலரும் அதை யூகித்தவளாய் விரக்தியாய் "ஆமாம்" என்றபடியே தலையாட்டிக் கொண்டு நடந்தாள்.

காலச்சுவடு 35, மே - ஜூன் 2001

என் வீட்டின் வரைபடம்

எங்கள் குடும்பப் புகைப்படத்தைத் தோட்டத்திலுள்ள குப்பை மேட்டில் குப்பையோடு குப்பையாய் கொண்டு வந்து கொட்டியதை நானும் அம்மாவும் பதறியபடி பார்த்துக் கொண்டிருந்தோம். நாங்கள் ஒரு கருங்கல்லில் அமர்ந்திருந்தோம். எங்களின் அமர்வு அவர்களுக்குத் தெரியவில்லை. குப்பையில் கோணிக்கொண்டு நின்றது புகைப்படம். ஒரு முனை செல்லரித்துப்போய் விட்டிருந்தது. அம்மா வருத்தத்தோடு எழுந்து போய் அப்புகைப்படத்தை எடுக்க முயன்றாள். அதை அவளால் தூக்க இயலாதது போல பரிதாபமாக விழித்தாள். நானும் அதை எடுக்க முயற்சித்துத் தோற்றேன். அம்மா அப்புகைப்படத்தை விரல்களால் தடவுவதற்குப் பிரியப்பட்டாள்.

அது ஒரு கறுப்பு வெள்ளைப் புகைப்படம். அப்புகைப் படத்தில் அப்பாவின் தலை, அம்மாவின் தலை, எங் களுக்குப் பின்புறமிருந்த வேப்பமரம் அனைத்தும் செல்லரிக் கப்பட்டிருந்தது. நான் அம்மாவின் இடுப்பிலும் கையணைப் பிலும் துருதுருவென்றிருந்தேன். அக்காள் எனக்கும் கீழே நின்றாள், இரட்டை சடையை முன்பக்கம் தூக்கிப் போட்ட படி.

புகைப்படத்தை எடுக்க முடியாத இயலாமையில் திரும்பி வந்தேன். சுவர் சிதிலமாகி நின்ற கொட்டகையில் அக்காள் படுத்திருந்தாள். நான் அவளைப் பார்த்தபோது அவள் என்னைப் புரிந்து கொண்டவளாய் அவளும் அப்புகைப் படத்தை எடுக்க முயன்றதாகவும் எடுக்க முடியவில்லை என்றும் தெரிவித்தாள். கொட்டகைக்கும் அருகாமையில் இருந்த பம்பை புளியமர நிழலில் மாட்டு வண்டியில் செங்கல் ஏற்றி வந்திருந்தார்கள். அவர்கள் கொட்டகை இருந்த இடத்தில் அடுக்கத் தொடங்கினார்கள். அக்காள் எழுந்து என்னையும் அழைத்துக் கொண்டு வெளியே வந்தாள். குப்பையில் கிடக்கும் எங்கள் குடும்பப் புகைப் படத்தை எடுக்க முடியாதது; எங்கள் அனுமதியின்றி கல் அடுக்குவது, பற்றி அப்பாவிடம் கூற வேண்டுமென நினைத்துக் கிளம்பினேன். அப்பா கடகோடி மதகின்

கருவேல மரத்து மெல்லிய நிழலில் படுத்துக்கிடப்பார், மீன்பிடிக்கத் தூண்டில் போடுபவர்களைப் பார்த்துக் கொண்டிருந்தபடி. அக்காள் என்னுடன் நின்றவள் எதுவும் கூறாது கிளம்பிவிட்டாள். எங்கு செல்கிறாள் என்று சொல்ல மாட்டாள். அது அவளுடைய பழக்கம்.

தார் சாலையில் இருமங்கும் பம்பை புளியமர நிழல், நிழல் கூடாரம் போல் நீண்டு குகையாய் செல்ல சாலை வழி நடந்தேன்; கடகோடி மதகிற்கு. செங்கல் சூளைகள், நரிகடித்தான் சாமிக்கோயில், குயவர்கள் குடியிருப்புகள் தாண்டி நாகசுரம் கற்றுக் கொள்ளும் ஒருவரின் சப்தத்தைத் தாண்டிச் சென்றேன். மதகின் இறக்கத்தில் பேருந்து வளைவில்தான் ராயரைக் கொன்றார்கள். யாரென இது வரைத் தெரியவில்லை. அதுவரை ராயரைக் கரித்துக் கொண்டிருந்த ஊர் அவர் இறப்புக்கு அழுதது.

கடகோடி மதகில் சிறுவர்கள் மேலேறி நிர்வாணமாக ஈரம் சொட்டச்சொட்ட வெய்யலில் மினுங்கியபடி இருபதடிக் கீழே சுழித்து ஓடும் தண்ணீரில் கூச்சலிட்டபடி குதித்துக் கொண்டிருந்தார் கள். கீழ்ப்படிக்கட்டு வழி ஏறி வரிசையாக குதித்தவர்கள் கரையேறி மதகின் மேல் தலைமுளைத்து வந்து கொண்டிருந்தார்கள். சிலர் அந்தரத்தில் உடலை ஒரு சுற்று சுற்றி தொபீரெனக் குதித்தார்கள். தண்ணீரின் அதிர்வுகளும் சிறுவர்களின் கூச்சலும் அவ்விடத்தை நிறைத்துக் கொண்டிருந்தன. அருகில் ஆடுமாடுகள் திறந்தவெளியில் மேய்ந்துகொண்டிருந்தன. அப்பாவைத் தேடினேன். வழக்கமான இடத்தில் காணவில்லை. கருவேலமரக் காடுவழி முட்களை ஊடு ருவிக் கொண்டு உள் நுழைந்தேன். குமரிகள் குளிக்கும் எதிர் துறையில் உட்கார்ந்திருந்தார். புழுதிகளும் சருகுகளும் அப்பாவின் உடலினுள் புகுந்து ஓடின. என் மனோநிலை தெரிந்து, இயலாமையின் புன்னகை உதட்டோரம் நெளிய, தானும் அப்புகைப்படத்தை எடுக்க முயற்சித்ததாகவும் எடுக்க முடியவில்லையென்றும் உணர்த்தினார். ஏரியின் மறுபக்கம் இடுகாடு. நேற்று பின்இரவு எரிந்த பிணத்தின் புகைவாடை பிராந்தியத்தில் மிச்சமிருந்தது. சப்பாத்திக் கள்ளிகளும் பனைமரங்களும் சூழ்ந்த வெளியில் மாடுகள் குனிந்த தலை நிமிராது பொழியும் வெய்யலில் மேய்கின்றன. பிணம் எரிக்கும் கொட்ட கையில் சாம்பல் புரளும் மையப் பகுதிக்கு மேற்கே யுகங்களின் கனத்தோடு சடை சடையான விழுதுகளைத் திரித்து இறக்கிக் கொண்டு நிற்கும் ஆலவிருட்சத்தின் அருகில் சொர சொரப்பான காக்கி நிற மரப்பலகையில், வெள்ளைநிற எழுத்துக்களில் அம்மாவின் பெயர் பொறித்த பலகை இரண்டு முழ உயரத்திற்கு நிற்கிறது செங்குத்தாக. மயானத்தின் தனிமையும், சாப்பாத்திகளும், பனைமரங் களும் இடுகாட்டின் சொத்துக்கள். இருள் பிறந்து நிலைத்த பின்பு கூரைகளற்ற மொட்டைச்சுவர் வீட்டைப் பார்க்க வருகிறாள் அம்மா. வெய்யலிலும் மழையிலும் உடலைக் கெடுத்தபடி பாத்தி பாத்தியாய் வீட்டின் அம்மணம் எலும்புக்கூடாய் காலத்தில் எஞ்சியிருக்கிறது. கிழடுதட்டி மழை நீர்த்தடங்கள் இறங்கிய சொரசொரப்பான சுவரில்

விரல்களால் நீவுகிறாள். சாமி அறையில் நரைத்த தலையோடு கால்நீட்டிப் போட்டுக் கொள்கிறாள்; பகலில் ஊருக்கு முளைத்த கண்களுக்கு அஞ்சுவதால். ஊரின் எல்லையில் நரிகடித்தான் சாமி கொடுமையான முறுக்கு மீசை கனத்தில் இறுகப்பற்றிய குறுவாளோ டும், இடுப்புயர பட்டாக்கத்தியும் வைத்துக் கொண்டு மழையிலும் வெய்யலிலும் குடைபிடிப்பார் யாருமின்றி உட்கார்ந்திருக்கிறது, ஊருக்கு முளைத்த வாய்களின் வழி பரவும் எங்கள் வீட்டுக் கதைகளைக் கேட்டபடி. வருடத்தில் ஒருமுறை பங்காளி வீடுகளின் வரிச்செலவில் கொடைவிழாவாய் சினையாடு பலியிடப்படுகிறது. இருப்பிடம் விட்டு இரவில் உலாவருகிறாள் அம்மா. அப்பாவின் காற்றுரு வீராணம் ஏரிக்கரையில் குமரிகளின் படித்துறையில் யாருமற்ற நடுநிசியில் நீராடுகிறது. நான் வீடு இருந்த இடத்திற்குத் திரும்பிக் கொண்டிருந்தேன்.

2

பழங்காலக் கூத்துக் கலைஞனைப் போல அடர்ந்து பின்னுக்கு வாரி தோளில் புரளும் கேசம். முறுக்கிவிடப்பட்ட மெல்லிய அரும்பு மீசையில் தனித்த கறுப்பு வெள்ளைப் புகைப்படத்தில் சாந்தமான கண்களுடன் சிரிக்கும் அப்பா ஏதோ வரலாற்றுக்கால கதாபாத்திரம் போலத்தான் இருப்பார். புகைப்படத்தில் அலுக்காமல் புன்னகைத்த படி இருந்தார். வசீகரமானப் புன்னகை. அந்தப் புன்னகையில் தொடக்க காலத்தில் வீழ்ந்து காலம் வரை ஒரு அடிமைபோல் அவதிப்பட்டவளாய் இருந்தாள் அம்மா. வெய்யலில் வதங்கிய பூஞ்சையான தாவரம் போலிருப்பாள். ஒல்லியான குரல். உருண்டை விழிகளில் செவ்வரிகளோடு சிரிக்கையில் மெல்லிய சோகங்களுடன் படைக்கப்பட்ட மனுஷியாகவே இருந்தாள். மண் தரையை சிமிண்டு தரைபோல் ஆக்கும் பிரயத்தனத்தில் அடிக்கடி தரையை மெழுகிக் கொண்டே இருப்பாள்; ரேகைகள் அழிந்து விடுவதுபோல். தரையின் மேனி குலைவதில் வருத்தம் ஏதுமில்லை தற்போது அவளுக்கு. மெழுகியவுடன் அலம்பிய கைகள் ஈரத்திலே ஊறிச் சுருங்கிக் கிடக்கும் சதை மடிப்புகளாய் நொத நொதத்தபடி. மண்டியிட்டு மெழுகிய களைப்புதீர சற்று அமராது சருகுகளை குவித்துக் கொண்டு இடுப்புயர பித்தளைக் குவளைகள் மற்றும் அண்டாக்களில் நெல் அவிக்க சருகுகளோடு சருகாய்க் கிடப்பாள். அல்லது எங்கோ வெறித்தபடி கோணி ஊசியும் சடை புளியுமாய் எந்திரமாய் புளியங்கொட்டை நீக்கிக் கொண்டிருப்பாள். அவள் நிறைய வேலை களை உருவாக்கி அதனுள்ளே பதுங்கிக் கிடந்தாள். அவிக்கும் நெல்லில் இருந்து அவளின் ஆவி சுடசுடக் கிளம்பும். சோறிடுகையில் பழையது நிரம்பிய பானையில் நீர் சிந்தாமல் குண்டானில் லாவகமாய் அள்ளிப் போடுவாள், எண்ணங்களின் அலைவுகளில் சீரழிந்து கொண்டே. அதிகபட்சம் நாரத்தை ஊறுகாயோடு வருவாள். நான் சாப்பிட்டு முடித்ததில் மிச்சம் இருக்கும் நீராகாரம் அவளுக்கு காலை ஆகாரம். குண்டானை இரு கரங்களால் தூக்கி அண்ணாந்து

கெண்டித் துடிக்க விட்டுக் கொள்வாள். மதிய உலை இல்லை. இரவு ஏதாவது இரு காய்கறிகளில் கைப்பக்குவ குழம்பு மணக்கும். அம்மா வெந்நீர் தாளித்து குழம்பாய் கொடுத்தாலும் மணக்கு மென்பார் அப்பா. நான் பார்க்காத நேரமாய் அப்பாவைப் பார்ப் பதாயும், நானிருக்கும்போது மட்டுமே அப்பாவைப் பார்ப்பதாயும் அவளின் கணக்கு இருந்தது.

3

பனி காயாத காலையொன்றில் கிளிப்பச்சை மண்டிக் கிடந்த எங்கள் வயலில் மருந்தடித்துக் கொண்டிருந்தோம் நானும் அப்பாவும். வயலுக்கு முற்றம் போல் இருந்தது; அந்த இரண்டாள் உயர மண்மேடு. மேலேறும் மனித பாதம் பட்டு பாதையாகிப் போன பாதை மற்றும் நுணா மர நிழல் இறங்கும் திட்டு தவிர்த்து மேடெங்கும் நெருஞ்சி முட்கள் பூக்களுடன் விரவிக் கிடந்தது. சேற்றில் கணுக்கால் தாண்டி புதையும் கால்களை, முதுகில் தொங்கும் மருந்தடிக்கும் மருந்து நிரம்பிய எந்திரத்தின் கனத்தோடு தூக்கித் தூக்கி சமனப்பட்ட சேற்றில் வைக்க பொதுக் பொதுக்கென்று உள்வாங்கிய குழிந்த பள்ளங்களோடு பாதை உருவானது. சேற்றில் உறைந்த நீரின் குளிர் பாதம் வழி ஊடுருவி உடலெங்கும் வியாபித்திருந்தது. கிழக்கு நோக்கிச் செல்லும் மருந்து தூவும் தூரத்திற்கு என் பாதச்சுவடுகள் ஒரு மனிதனின் காலடி போலல்லாது இருந்தது. மேட்டின் மேல் மருந்து புட்டிகளுடனும் நீர்க்குடத்துடனும் எனக்காகக் காத்திருக்கும் அப்பாவை நோக்கி மண்மேட்டிற்கு வைத்த காலடிகள் மேலேயே திரும்பவும் கணுக்கால் புதைய நடந்து வந்தேன். மண்மேட்டின் மீதிருந்து கீழிறங்கி வந்து ஓரத்து வரப்பில் மருந்தளவுகளைக் கரைத்து எந்திரத்தை முதுகில் மாட்டிவிட்டு மேடேறிக்கொண்டார். மீண்டும் அதே காலடிக் குழைவுகளில் நடந்து அடுத்தப் பட்டம் திரும்பினேன். புதிய காலடிப் பதிவுகள். கைவிசையில் தூவப்படும் வெண்ணிறப் புகையில் பச்சைகள் நுனியசைவுடன் வாங்கிக் கொள்கிறது. மீண்டும் அப்பாவிடம் வந்தேன. மருந்து கனக்கும் எந்திரத்துடன் வேறுபட்டம் நோக்கி நகர்ந்தேன். வலியில் தோள்கள் துவண்டன. மாற்றுக்கு வந்தபோது வேண்டாமென்றேன். அதில் இருவருக்கும் மெல்லிய சந்தோஷப்பரவல் இருந்தது. மருந்து தீர்ந்து போய்விடக்கூடாதா என ஏங்கினேன். வெய்யல் ஏறிக்கொண்டு வந்தது. வயற்புரங்களில் ஆட்கள் அதிகமாக வரத்தொடங்கியிருந்தார்கள். மருந்து அடித்து இறக்குகையில் கைகளை உதறியபடி நுணா மரத்தடியில் சாய்ந்து உட்கார்ந்த என்னை அப்பா புன்னகையுடன் ஏறிட்டார். எந்திரம் தோளிலே தொங்குவது போன்ற பிரம்மையுடன் பதிலுக்குச் சிரித்தேன்.

4

தொடக்க காலத்தில் அக்காள் மெல்லிய சிகப்பில் வாளிப்பாக இருந்தாள். கொல்லாபுரத்திலிருந்து வந்தபிறகும் சேதமடைந்த

புகைப்படத்தைப் போலதான் இருந்தாள். திருமுட்டத்திலிருந்து தடிவாத்தியார் வந்திருந்தபோது வீட்டில் படித்ததன் அடையாளமாய் “படிச்சான் சீட்டு” வாங்கிவர வேண்டுமென்பார். வாங்கி வராதவர் களுக்கு காட்டாமணிக் குச்சியால் அடி விழும். அக்காள் படிப்பை அம்மாதான் நிறுத்தினாள். எங்கள் பள்ளி வயல்வெளிக்கு மத்தியில் இருந்த கருவேல மர அரணுடன் மூன்று நான்கு புளியமர, பூவரச அரணுடனும் இருந்தது. பள்ளிக்கு முதுகுப்புறத்தில் பெரிய வாய்க்கால் தாண்டிச் செல்ல பெரும் பனைமரங்கள் குறுக்கே படுத்திருக்கும். பிடிமானம் இல்லாத அம்மரங்களைக் கடப்பது எங்களுக்குப் பெரிய சவால். நாங்கள் சவால் விட்டுக்கொண்டு ஆடாமல் அசையாமல் பயமில்லாமல் நடந்து செல்ல பிரயத்தனப் பட்டுக் கொண்டிருக்கும்போது ஆட்கள் நெற்கட்டுத் தூக்கிக் கொண்டு குடுகுடுவென ஓடுவார்கள். பள்ளியின் பின்புறத்தில்தான் பாடம், இறைவணக்கம், விளையாட்டு அனைத்துமே. நான் மாலை யிலிருந்து இரவு அம்மா வந்து கூப்பிடும்வரை விளையாடுதல், விடிந்த பின் “படிச்சான் சீட்டுக்காக” அக்காளிடம் கொஞ்சுதல் வாடிக்கை. அக்காளின் புன்னகை விரிந்து சிரிப்பாக வெடிக்கும். அம்மாவிடம் சொல்லாது என் ரகசியத்தை பாதுகாத்து ரொம்ப நல்ல அக்காவாக மனதில் ஒட்டிக் கொண்டாள். முதல்நாள் தேதியிட்டு சாயந்திரம் பள்ளிவிட்டதிலிருந்து இரவு எட்டுமணிவரை படித்தான் என்று எழுதிக் கையொப்பமிடுவாள். அம்மாவின் விழிகளைப்போல் அக்காவின் கையெழுத்து. படிச்சான் சீட்டோடு குறுக்கு மரம் கடக்கையில் தவறி விழுந்து மூழ்கி எழுந்தேன். புத்தகப்பையும், படிச்சான் சீட்டும், நானும் நீர் ஒழுகிஓட நின்றோம். படிச்சான் சீட்டுக்கலைந்து போனதில் வாய்விட்டு அழுதுகொண்டே ஈரம் ஒழுக ஒழுக ஊருக்குள் ஓடினேன். பார்த்தவர்களெல்லாம் சிரித்தார்கள். எல்லோரையும் மோசமாகத் திட்ட வேண்டும் போலி ருந்தது. இறைவணக்கம் ஆரம்பித்திருப்பார்கள் என்ற பீதி. அக்காள் என்னைப் பார்த்ததும் சிரிக்கத் தொடங்கி கட்டிக் கொண்டாள். மீண்டும் எழுதிக் கொடுத்தாள் அச்சடித்தது போல். பள்ளிக்கு தாமதமாகிவிட்டதில் அவளையே கொண்டுவந்து விட சொன்னேன். சிரித்தே பார்த்திராத தடிவாத்தியார் உடலெல்லாம் பல்லாகச் சிரித்தார். அக்காள் சென்ற பிறகு அவள் கொடுத்த கையெழுத்துப் பிரதியை வாங்கி பையில் வைத்துக் கொண்டார்.

5

டிசம்பர் பூக்கள் மண்டிக்கிடந்த வாசலின் நீளமான நுனிப் பகுதியில் அம்மாவின் கவனம் அதிகபட்சம் எப்போதும் இருக்கும். நீளவாகு விரல்களில் வாழை நாரும், பூக்களின் காம்புகள் உரசிக் கொண்டு இணையும் மையத்தில் நார் வளைந்து சுருக்கிடும் அழகிய விதையும் டிசம்பர் மலரும் நாள் வரை உறைந்திருக்கும். காலை நேரங்களில் முடிச்சிடும் வேகத்தில் பூக்கள் காம்புகளை இழந்து துண்டாக விழப்போகும் பிரம்மையைத் தோற்றுவிக்கும். வாழை

நாரில் நெடுக கட்டிய மலர்ச்சரம் அம்மாவின் மடியில் புரளும் கையசைவுகளில். சிரத்தையோடு கோர்த்த பூச்சரம் அருகாமை வீட்டு யுவதிகளின் செம்பட்டை சடையில் தூளியாடும். தன் முடியை பந்தாகச் சுருட்டி விரல் நுழைத்து கொண்டையிட்டு பூவில்லாதிருப்பாள். கவனமாக பூ வைத்துக் கொள்வதைத் தவிர்த்து வந்தாள். அப்பா வாங்கி வரும் மல்லிகையும், சாமிப்படங்களில் இருள் நிலைத்த அறையில் வெள்ளி செவ்வாய்களில் குத்துவிளக்கின் ஒற்றை ஒளியில் மங்கலாக சரம்சரமாகத் தொங்கும். பள்ளிக் காலத்தில் வாடிக்கையாக குழந்தைகள் கைகளில் ரிப்பன், கண்ணாடி, ஹேர்பின்களோடு கொலு வீற்றிருக்கும் அம்மாவைச் சுற்றிலும். கைகளில் இரட்டை சடைக்காக பகுக்கப்பட்டு தொங்கும் முடிகளில் விரல்கள் பதிய சடைகள் பதியமாகும் தலையில். இறுதி முடிச்சி கணத்தில் ரிப்பன் வாயில் தொற்றிக்கொண்டு நிற்கும். குழந்தைகள் தலைமுடிக்கும் எண்ணமின்றி கண்ணாடிப் பார்த்தபடி கதை அளக்கும். அம்மா “உம்” கொட்டுவாள். அது அவளுக்குப் பிறவிக் கலை. சில சமயம் அவைகளின் கதைகளில் லயித்துச் சிரிப்பாள். சிரிப்பில் எழும் அலைகள் குழந்தைகளின் பேச்சோடு ஒத்திருக்கும். அப்பாவின் ஆச்சர்யப் பார்வை எங்கிருந்தாவது முளைக்கும். வரமாட்டார். அவள் சிரிப்பதை நிறுத்திவிடுவாள் என்று அப்பா தெரிந்து வைத்திருந்தார். குழந்தைகளோடு அவள் காலை நேரத்தை செலவிட இன்பமாகக் காத்திருந்தாள்; வீட்டு வேலைகளைத் துரிதமாக முடித்துவிட்டு. குழந்தைகளும் அம்மாவை தன் சகாவைப் போல பாவித்துக் கொண்டன.

6

அப்பா கையில் சுருட்டிய பையுடன் வாசல் மேடேறி வேக வேகமாக வந்தார். அம்மா மாட்டுக் கொட்டகையைப் பெருக்கிக் கொண்டிருந்தாள். அப்பா அம்மாவின் அருகில் சென்று ஏதோ பேசினார். அவள் சேலைத் தலைப்பை எடுத்து மூக்கைப் பொத்திக் கொண்டாள். அவரிடம் சிறு தள்ளாட்டம் தெரிந்தது. அம்மா மீண்டும் பெருக்குவதற்கு குனிந்தாள். நான் அருகே செல்லத் தொடங்கியதை உணர்ந்த அப்பா அவசர அவசரமாய் பணத்தையும் பையையும் தூக்கி வீசிவிட்டுப் போனார். அம்மா, அப்பா வீசிய பொருட்களைப் பொருட்படுத்தாது போய்விட்டாரா என்று பார்த் தாள். அவர் ஆவேசமாக சென்று கொண்டிருந்தார். நான் அருகே சென்று பணத்தைப் பொறுக்கினேன். அம்மா விளக்குமாற்றை போட்டுவிட்டு வந்து மீன்களை எடுத்து பையில் போட்டு பின் இறைந்த குழம்பு சாமான்களை எடுத்து முந்தியில் சுருட்டி எடுத்துச் சென்றபடி எனைப் பார்த்துப் புன்னகைத்தாள்.

தோட்டத்தில் மணைக்கட்டை ஒன்றைப் போட்டுக் கொண்டு, இரண்டு கறுப்பு சட்டிகளில் அரையளவு நீர்வார்த்து ஒரு மொண் ணையான அரிவாள்மணையோடு ஒரு காலை குத்திட்டுக் கொண்டு

உட்கார்ந்து விட்டாள். அப்பாவைப் போல அம்மாவுக்கு இந்தக் கவிச்சிக் குழம்புகள் மீது ஆர்வமில்லை. நேர்த்தியாக சமைப்பதோடு சரி. ஆரம்பத்தில் அப்பாவுக்குப் பிடித்தவைகளைத் தேடித் தேடி செய்தவளென்று பாட்டி சொல்வாள். எதிர்ப்புணர்ச்சி என்றோ எப்படியோ தலையெடுத்து விட்டிருந்தது. அவளின் பலத்த எதிர்ப்பு நிரந்தர மௌனம்தான். கேள்விகளுக்கும், காரண இருமல், கனைப்பு, சாடைமாடைக் கோபங்கள் மற்றும் சந்தோஷ வெளிப்பாடுகள் எதுவாயினும் அவளுக்குப் பிடிக்கவில்லையெனில் உக்கிரமான மௌனம்தான். அம்மா ஆணாக இருந்தால் இதை எப்படி வெளிப் படுத்தியிருப்பாள் என்று நினைக்கவே கஷ்டமாக இருந்தது. அம்மா மீனை தலையும் வாலையும் பற்றிக்கொண்டு அரிவாள்மணையில் இடமும் வலமும் இழுத்தாள். செதில்கள் உதிர்ந்தன. இரண்டு நாய்கள் நாக்கினைத் தொங்கவிட்டு எதிரே உட்கார்ந்திருந்தன மூச்சிரைத்துக்கொண்டு. செவிள் நீக்கி குடல் எடுத்துப் போடுகையில் நாய்களின் கண்கள் மின்னின. ஆயினும் அவள் அவ்விடத்தைவிட்டு அகலும் தருவாயில்தான் அவை அதை உண்ண முடியும். காகங்கள் சில அம்மாவின் தலைக்கு நேராய் அமர்ந்து கொண்டு கரைந்து தன் சகாக்களை அழைத்தபடியிருந்தன. அவ்வப்போது நாய்கள் காகங்களைப் பார்த்து குரைத்துக் கொண்டிருந்தன, அம்மாவைப் பார்த்து வாலாட்டியபடி. காகங்கள் வட்டமடித்து அமர்ந்தன. நான் உள்ளே சென்று உப்பு எடுத்து வந்தேன். நீண்ட மீன்களை நான்கு விரல்கடை அளவுள்ள துண்டாக்கி சட்டியில் கையளவு உப்பைக் கொட்டி சிலுப்பி நீர் வார்த்து அலம்பினாள். மீன் துண்டங்கள் வெள்ளியாய் மின்னின. கழுவிய மீன்களை ஒரு சட்டியில் போட்டு என்னிடம் கொடுத்தாள். கழுவிய நீரை அருகாமையில் இருந்த நாரத்தை மரத்தில் தூக்கி ஊற்றினாள். நாங்கள் உள்ளே வந்தபோது காகங்களின் கரைதலொலிகளும் நாய்களின் குரைப்பொலிகளும் தீவிரமாகக் கேட்டது. அன்றிரவு அம்மா என்னை அவளருகே படுக்க வைத்துக்கொண்டாள்.

7

என் வகுப்பில் நிறைய நபர்கள் தடிவாத்தியாரிடம் தனி வகுப்பு வைத்துக் கொண்டார்கள். என்னை தனி வகுப்பு வைத்துக்கொள்ள அதிகம் வற்புறுத்தினார் தடிவாத்தியார். வீட்டில் வந்து கூறியபோது தனி வகுப்புக்கான பணம் ஐந்து ரூபாய் தரமுடியாது என்று கூறிவிட்டார்கள். அக்காள் மாதாமாதம் தந்துவிடுவதாகக் கூறினாள். ஆனால், மாதாமாதம் அம்மா கொடுத்துவிடுவாள் சரியாக. தடி வாத்தியாருக்கு அந்த மழை ஒழுகும் மாட்டுக்கொட்டகையில் வயதொத்த நண்பர்கள் கிடைத்தார்கள். மழைநேரம் தவிர்த்து எங்களுக்குப் பாடம் நடந்தது. குடித்துவிட்டு நடனமாடும் ஒரு சினிமா பாட்டுக்கு அடிக்கடி என்னை நடனமாடச் சொன்னார்கள். நானும் அப்படத்தில் வரும் கதாநாயகனைப் போலவே வெறும் டம்ளரைக் கையில் வைத்துக்கொண்டு நடிக்க முயற்சிப்பேன்.

.40. ஜே. பி. சாணக்யா

அவர்கள் சிரிப்பார்கள். நான் பெருமிதம் கொள்வேன். அவர்கள் அப்போது ஊரிலேயே சிறந்த ஒரு ஒலிநாடாப்பெட்டி வைத்திருந் தார்கள் கறுப்பு நிறத்தில். அந்த ஒலிநாடாப் பெட்டியை யாருமற்ற நேரத்தில் எடுத்து மடிமீது வைத்துக்கொள்வேன். அழாதக் குழந்தை போல் கம்மென்று உட்கார்ந்திருக்கும். விடுமுறை நாளொன்றில் வெய்யல் தணிந்த மாலையில் தனி வகுப்புக்குச் சென்றபோது அந்த ஒலிநாடாப்பெட்டியைக் காணாது சாக்குகளால் அடைக்கப் பட்டிருக்கும் மற்றொரு அறையைப் பார்த்தேன். மரமேசையின் மேல் உட்கார்ந்திருந்தது. உள்ளே சென்றபோது ஒலிநாடாப்பெட்டிக் கருகில் ஒரு புத்தகம் விரிந்து கிடக்க நிர்வாணமானப் பெண்களின் புகைப்படங்கள் இருந்தன. இரண்டு மூன்று புகைப்படங்கள் புரட்டு முன் அவர் வரும் சப்தம் கேட்க துரிதமாக என் இருக்கையில் வந்து அமர்ந்துகொண்டேன். இருட்டியபோது அவருடைய நண்பர்கள் சிகரெட் வாடையுடன் வந்தார்கள். ஏதோ கிசுகிசுத்துக் கொள்ள என்னை வீட்டுக்கு அனுப்பினார்கள். நான் வெளியேறும்போது ஒரு பெண் கைப்பையுடனும் சுருட்டிய குடையுடனும் அதிகமான பௌடர் பூச்சுடனும் கொட்டகையை நோக்கிச் சென்றாள். அவள் மேல் சிகரெட் வாடை வீசியது குப்பென்று.

அக்காவை சில மாதங்களுக்குப்பிறகு நள்ளிரவில் காணாமல் தேடினோம். ஊரின் சகல திசைகளிலும் இருளைத் துளைத்துக் கொண்டு கைவிளக்குடனும், லாந்தர் விளக்குடனும் ஆட்கள் அலைந்தார்கள். ஏரிக்கரையிலும், இடுகாட்டின் எல்லையிலும் நீர்ச்சுழியிலும் பலஜோடிக் கண்கள் துழாவி அலைந்தன. பிராந்தி யத்தில் அக்காவின் பெயர் அனைவர் வாயாலும் அழுத்தமான சத்தத்துடன் உச்சரிக்கப்பட்டு காற்றில் கரைந்தது. கரைந்த பெயர் அக்காவின் பெயரைத் திருப்பிச் சொல்லியது. திசைக் கொன்றாய் தேடியக் கூட்டம் பிரிந்து, அலைந்து கூடியபோது விடிய ஆரம்பித்திருந் தது. என்னால் இன்று தனி வகுப்புக்கு வரமுடியாதென்று என் குடும்ப நிலையை விளக்கச் சென்றபோது கொட்டகை வெறிச்சோடிப் போய்க் கிடந்தது. வட்டுப் பீடிகளும், சிகரெட் துண்டுகளும் எரிந்த தீக்குச்சிகளும் கிடந்தன. ஐந்து நாட்களுக்குப் பிறகு அம்மாவும் அப்பாவும் வெளிக் கிளம்பிச் சென்று கசங்கிய துணி மூட்டை ஒன்று எடுத்து வந்தார்கள். அதைப் பிரித்தபோது அக்காள் ஒரு சடலம் போல் உள்ளிருந்தாள் நிறைய நகக் காயங்களோடு.

அக்காள் தனிமையில் சுருண்டு கிடந்தாள். காலம் கடந்து உணவு உண்டாள். அனைத்து வேலைகளையும் ஒரே முகபாவனை கொண்டபடி செய்தாள். அப்பா அறிவுரையாக பேசிய போதெல் லாம் சொல்லாமல் எழுந்து சென்றாள். வாசலில் அமர்ந்து போக்கு வரத்தைக் கவனித்தபடி, வெற்றிடத்தை வெறித்தபடி அமர்ந்திருந்தாள். அதிகமும் தனிமையில் கழித்தாள். இறந்துவிட்டவளைப்போல மண்தரையில் பல மணிநேரம் அசையாது உறங்காது ஒருக்களித்திருந் தாள். கொல்லாபுரத்திலிருந்து கூட்டத்தோடு மாமா, பெண் பார்க்க வந்தபோதும் கலைந்த கேசத்துடனும் எண்ணெய்ப் பசை படர்ந்த

முகத்துடனும் வேண்டுமென்றே காலையில் இருந்து குளிக்காமல், முகம்கூட அலம்பாமல் வந்து நின்று முகம் காட்டினாள். பெண் பார்க்கும் சூழல் முடிந்து அனைவரும் திருப்தியாய் சென்ற பிறகு அம்மாவின் சிவந்த முகத்தைப் பார்த்தேன். அக்காவை அம்மா அடித்தாள். மூர்க்கமான அடி. அம்மாவை அக்கா கொன்றுவிடு பவளைப் போல பார்த்தாள். அம்மா அவளை காலால் எத்தித் தள்ளினாள். அக்கா குத்துக்காலிட்டு அமர்ந்து, தலையைக் கவிழ்த்து கைகளால் கால்களைப் பிணைத்துக்கொண்டு உட்கார்ந்துவிட்டாள். அம்மா தோட்டத்து வாசற்படியில் போய் நின்றுகொண்டு மூக்கை உறிஞ்சி உறிஞ்சி சேலைத்தலைப்பால் துடைத்துக்கொண்டு அழுதாள். அழும் அம்மாவை அக்கா ஓரக்கண்ணால் பார்த்துக்கொண்டு மீண்டும் தலையைக் கவிழ்த்திக் கொண்டாள்.

அம்மா அன்றிரவு சாப்பாடு போட்டு அவளின் இடத்திற்குத் தள்ளிவிட்டாள். அக்காள் எழுந்துபோய் கையலம்பிவிட்டு வந்து சாப்பிட்டாள். மறுசோறு கேட்டாள், என் பெயரைச் சொல்லி. அம்மா அவளை ஒருமுறைப் பார்த்துவிட்டு சாதமிட்டு தட்டை என்னிடம் கொடுத்து கொடுக்கச் சொன்னாள். அக்காளே எழுந்து வந்து வாங்கிக் கொண்டாள்.

இரவும் அம்மாவும் தூங்காதிருந்தார்கள். சிம்னி விளக்கிற்கு உயிர் தீர்ந்தபோது இருளைக் கட்டிக் கொண்டாள். விளக்கிற்கு உயிரூட்டும் எண்ணத்தைத் தொலைத்தபடி இருளில் மின்னும் மிருகங்களின் கண்களாய் நிலைக்க விட்டிருந்தாள்.

8

நட்சத்திரங்கள் அற்ற ஒரு நடுநிசியில் கதவு தட்டப்பட்டபோது அம்மா தூக்கமில்லாது உழன்று கொண்டிருந்தாள். கதவைத் திறந்த போது அம்மாவுடனான எனது படுக்கையிலிருந்து பார்த்தேன். இருளின் பின்னணியிலும், வெளியில் தொங்கும் லாந்தர் வெளிச் சத்திலும், கொல்லாபுரத்து மாமா நின்று கொண்டிருந்தார். மாமா வுக்குப் பின்னே மூன்றடி தூரத்தில் அக்காள் நின்று கொண்டிருந் தாள்; புது மஞ்சள் கயிறு மங்கலாய் தெரிய. அம்மா அவர்களை உள்ளே அழைத்து வந்தபோது அக்காள் என்னருகில் வந்தமர்ந்து கொண்டாள். அழுக்கு மஞ்சள் ஒளியை மெல்லியதாய் மேலெங்கும் பரப்பிய திரி விளக்கில் மாமாவின் முகம் இறுக்கத்துடனும், அக்காள் முகம் வீங்கியும் இருந்தது. புதிதாய் வீட்டைப் பார்ப்பவரைப்போல் அம்மா முகத்தையும் வீட்டின் உட்புறத்தையும் சுற்றிச் சுற்றிப்பார்த் தார். அம்மா புரிந்துகொண்டவளாய் எழுந்து வெளியே செல்ல, மாமாவும் வெளியே சென்றார். பெரும் மழைக்கான காற்று உலவிக் கொண்டிருந்தது. அப்பா உள்ளேயிருந்து சளி குலுங்க குலுங்க இருமினார். யாரென்று கேட்டபோது சொன்னேன். வேட்டியை வாரிச் சுருட்டிக்கட்டியபடி ஓடாத குறையாய் வெளியே சென்றார். அக்காள் என் படுக்கையில் சுருண்டு கொண்டாள். விளக்கருகாமை

.42. ஜே. பி. சாணக்யா

யில், வளைந்து கிடந்த கழுத்தில் விரல்பதிவுகள் பதிந்து கன்னிப் போயிருந்தது. அக்காள் படுத்துக்கொண்டே விழிகளைத் திருகி என்னைப் பார்த்தாள். நான் அவளைப் பார்த்தேன். அவள் விழி களைத் திருப்பிக் கொண்டாள். மழைக்காற்று சுழன்று கொண்டி ருந்தது எங்கள் மத்தியில். காற்றின் செய்கைக்கு ஆடிக் கொண்டிருந் தது விளக்கின் சுடர்.

ஈரம் பொதிந்தக் காற்று மன வெப்பத்திற்கு எதிராய் இருந்தது. சிறிது நேரத்தில் தூறலிடும் சப்தம் கேட்டது. அப்பா வெளியில் கட்டியிருந்த மாடுகளை கொட்டகைக்கு ஓட்டிப்போகும் ஓசை கேட்டது. கன்றுக்குட்டி மணியை ஆட்டியபடி கத்திக்கொண்டு ஓடியது. அப்பா மாட்டை அதட்டினார். மழை பெய்ய ஆரம்பித்த போது மூவரும் கால்களைத் தட்டிக்கொண்டு முன்னறையில் வந்து நின்றார்கள். மழை அவர்களை அதிகபட்சமாய்த் தொட்டி ருந்தது. மழை இருளில் அடர்ந்து பெய்தது. நாங்கள் எல்லோரும் சப்தத்துடன் பெய்யும் மழையைப் பார்த்துக் கொண்டிருந்தோம். அம்மாவும் அப்பாவும் தடுக்கத் தடுக்க மாமா சொல்லிக் கொண்டு மழையில் இறங்கிச் சென்றுவிட்டார். அம்மா கடுப்பான முகத்தோடு உள்ளே வந்தாள். சாப்பிடுகிறாயா என்றார் அப்பா. அக்காள் சம்மதமாய் தலையாட்டியபோது அம்மா நீர்விட்ட சாதத்தை தட்டில் பிழிந்து போட்டுக்கொண்டிருந்தாள். அக்காள் எழுந்து இரண்டடுப்பு பகுதியில் கை நுழைத்து சாம்பல் எடுத்து பல் விளக்கினாள், முன்னறையில் நின்று கொண்டு. அம்மா சேலைத் தலைப்பால் கண்களை நிருடியபடி மூக்குறிஞ்சினாள். அப்பா என்னைப் பார்த்தார். அக்காள் குபுகுபு வென்று வாய் கொப்பளித்து மழை நீரோடு பீய்ச்சினாள். வந்து சம்மணமிட்டு அமர்ந்து சாப் பாட்டை பிசைய ஆரம்பித்தாள். வெளியில் மழை நிதானத்துடன் பெய்துகொண்டிருந்தது. அம்மா மறுசாதத்திற்கு வேறு தட்டில் சாதம் பிழிந்து வைத்தாள். குழம்பு சட்டியிலிருந்து அக்காளே எட்டி குழம்பு ஊற்றிக் கொண்டாள். அப்பா மூலையில் சுருட்டிக் கொண்டு நின்ற பாயை எடுத்து அவர் படுக்கைக்கு அருகில் விரித்தார். அம்மா மூட்டை மேலிருந்த போர்வையை எடுத்து பாயில் போட்டாள். அக்காள் சாப்பிட்டு முடித்து தட்டை வெளியில் சென்று கழுவி மழை நீரோடு ஊற்றினாள். எங்களைப் படுக்கச் சொல்லிவிட்டு மழை பார்த்தபடி வெளியில் நின்றுகொண்டிருந்தாள் அக்காள். அம்மா சிறிது நேரம் தொம்பையில் சாய்ந்திருந்துவிட்டு படுத்துக் கொண்டாள். வெகு நேரத்திற்குப் பிறகு அக்காள் வந்து படுத்தாள். அம்மா, விளக்கின் திரியைக் குறைத்து சுடரை மட்டுப் படுத்தி வைத்தாள். மழை விடாது பெய்து கொண்டிருந்தது. மழைநீர் இறக்கத்தில் இறங்கி ஓடும் வழியில் சலசலப்பு கேட்டது. அக்காள் படுக்கையில் புரண்டு கொண்டிருந்தாள். அம்மா முகத்தை என் முகத்தோடு வைத்துக் கொண்டாள். வெதுவெதுப்பாய் புதிய ஈரம். முகம் பார்க்க முனைந்த போது என் கண்களை விரல்களால் பொத்தி தூங்கச் சொன்னாள். நான் விழித்துக் கொண்டிருந்தேன்

அம்மாவின் விரல்களுக்கடியில். மழை விடாது பெய்து கொண்டிருந்தது. தொழுவத்தில் கொலுசொலி கேட்டபோது அம்மா மேலும் என்னை இறுக்கிக் கொண்டாள்.

9

அன்று காலையிலேயே அம்மா தோட்டத்தின் தரை முகத்தை மிதந்து மூடியபடி கிடந்த பூவரசு இலைகளைக் கூட்டிக் குவிக்க ஆரம்பித்தாள். அடர் மஞ்சளும், பொடி வண்ணத்திலும் இதய வடிவ இலைகள், வேலியோரத்தில் மூங்கில் இலைகள் ஊசிபோல் சுருட்டிக் கொண்டும், சூலத்தின் சின்னங்கள் போலவும் கொட்டிக் கிடக்கிறது. பகலில் தெரியும் நட்சத்திரம் போல், குப்பைக் கொளுத்துவதற்கு சிம்னி விளக்கு எரிந்து கொண்டிருக்கிறது; வீடு இறக்கத்து சிமிண்டு கட்டையில். மெல்லிய காற்றில் உயிரை வளைத்து நெளித்து நேராக்கப் போராடுகிறது.

சிறுசிறு முட்டுக்கள். ஒன்றாய்க் குவித்து நெருப்பிடுகையில் முழுதாய் மரிக்காத இலைகளின் ஆவி வெண்பனிப் புகையாய் மேலெழும்ப குப்பை முட்டின் தலையில் துடப்பத்தோடும் கையோடும் சேர்த்து இடையில் சிக்கிய காய்ந்த சருகுகளைக் கொண்டு வந்து கொட்ட சரசரவென தீப்பற்றி நாக்கு நீண்டது. துடப்பத்தில் விரிந்த சீவுக்குச்சிகளின் கூர்மை பெருக்கப்பட்ட தரையில் வரிவரியாய் இருந்தது விதவிதமான சாய்வுகளில். பாய் விரித்து உட்கார்ந்து பேசலாம்.

சுத்தப்படுத்திக் கொண்டிருந்தபோது அப்பா ஒரு தாடிக்கார கிழவனை அழைத்துக்கொண்டு தோட்டத்திற்கு வந்தார். நாங்கள் அக்கிழவனைப் பார்த்தபோது அவனும் எங்களைப் பார்த்தான். அவனிடம் ஈர்க்கும் விதமாக அவனது தாடி இருந்தது. முழங்கால் தெரிய வேட்டி உடுத்தி மடி பெரிதாய் சுருண்டிருந்தது. போதையில் மிதப்பவனைப் போல் அவன் சுபாவம் இருந்தது. தோட்டத்தின் எல்லையில் வயல் தொடங்கும் சரிவில் நின்ற அம்மரத்திற்கு அழைத்துச் சென்றார். கிழவன் அம்மாவைத் திரும்பித் திரும்பிப் பார்த்தபடி சென்றான். நாங்கள் சிறுவயதில் அம்மரத்துக்காயை சலங்கை கட்டி ஆடுவதாய் ஒரு ஆட்டம் ஆடுவதற்கு உபயோகித்திருந்தோம். அதில் அப்பா ஒரு சுரடால் விதைத் தோன்றாத பிஞ்சுகளாக அறுத்தார். கிளை குலுங்கியது. கிழவன் இன்னும் பிஞ்சுகளாகக் கேட்டான்.

அம்மா அவர்களை கவனித்தபடியும் பெருக்கி சுத்தப்படுத்த வேண்டிய மற்றப் பகுதிகளைச் சுத்தப்படுத்துவதிலும் மும்முரமாய் இருந்தாள். குளியலறை இறக்கத்தில் நீரின் ஈரத்தில் மண்ணோடு ஒட்டிக்கொண்டு பெருக்கப் பெருக்க வீம்பு பிடித்துக் கொண்டிருந்தன இலைகள். அம்மா அழுத்தி சீண்டி அவைகளைக் கூட்டமாக்கிக் கொண்டு வந்தாள்.

இரு கை நெருக்கிப் பிடிக்கும் அளவிற்கு பிஞ்சுகள் கைகளில் இருந்து பிதுங்க ஆரம்பித்ததும் இருவரும் எங்களைப் பார்த்துக் கொண்டே குளியலறைப் பகுதியான கீற்று மறைவில் போய் உட்கார்ந்து கொண்டனர். அப்பா வீட்டினுள் சென்று பித்தளைக் குவளை எடுத்து வந்தார். கிழவன் மடியிலிருந்து விதவிதமான தழைகளை வெளியிலெடுத்தான். பொட்டலம் ஒன்று வைத்திருந்தான். அதில் சாம்பல் மற்றும் பழுப்புநிற விதைகள், சில மரங்களின் பட்டைகள் வைத்திருந்தான். அனைத்தையும் நசுக்கத் தொடங்கி னான். கல்லின் அடியில் சிக்குண்ட இலைகளும், விதைகளும், பிஞ்சுகளும் சிதையத் தொடங்கி பசுஞ்சாந்தாக மாறத் தொடங்கியது. பித்தளைக் குவளையில் நசுக்கியதை எடுத்து நீர் ஊற்றிக் கரைத்தான். மையாதவைகளை மீண்டும் நசுக்கி, நசுக்கிக் கரைத்தான். பாசிநிற திரவம் அவன் விரல்களெங்கும் ஒழுகியது. அப்பா ஆர்வத்துடன் அதைக் கவனித்து அவனுக்கு உதவியபடி இருந்தார்.

திரவத்திலிருந்து ஒரு சொட்டை நாக்கை அந்தரத்தில் நீட்டி விட்டுக்கொண்டு கண்களை மூடி நிதானமாகத் திறந்தான் ஒரு மந்திரவாதிபோல். அவன் எதிர்பார்த்தக் கலவையில் இருந்ததை அவன் முகப்பிரகாசம் காட்டியது. அடிகுழாயில் கையலம்பிக் கொண்டான். அம்மா எனைப் பார்த்தாள். அப்பா அத்திரவத்தை வீட்டினுள் கொண்டு சென்று வைத்தார்.

இரவு அக்காள் சமைத்திருந்தாள். அப்பா வீட்டிற்கு வந்தபோது முகச்சவரம் செய்து, கச்சிதமாக முடிவெட்டி, நரைகள் மைபூசி மறைக்கப்பட்டிருந்தன. அக்காள் சோறிட சோறிட ருசித்து உண்டார். எல்லோரையும் விடவும் சீக்கிரம் பாய் விரித்து குறட்டைவிட ஆரம்பித்தார்.

நடுநிசியில் பானைகள் சரிந்து நொறுங்கும் அலறல் கேட்டு விழிக்க அருகில் படுத்திருந்த அம்மாவைக் காணவில்லை. அக்காவின் படுக்கை காலியாக இருந்தது. தூக்கக் கலக்கத்தை சுதாரித்து உதறுமுன் அப்பாவின் அதட்டலான குரல் கேட்ட திசையில் பார்த்தேன். பாசிநிறத் திரவத்தை அம்மாவைக் குடிக்கச் சொல்லி வற்புறுத்திக் கொண்டிருந்தார். அம்மா பிடிவாதமாக மறுத்துக் கொண்டு இருந்தாள். உள்அறை முழுதும் பானை ஓடுகள் சிதறி தானியங்கள் கொட்டிக் கிடந்தன. அம்மாவின் தலைமுடி அலங் கோலமாக இருந்தது. அப்பா திரவத்தை கையிலேந்தி அம்மாவின் வாயருகே கொண்டு செல்வதும், அம்மா திடமாக புறந்தள்ளுவதுமாக இருந்தாள். அப்பா சகித்துக் கொண்டு மீண்டும் மீண்டும் முயற்சி செய்தார். அப்பாவின் பொறுமை எல்லை தாண்ட, அம்மாவின் தாடையை இறுகப் பற்றி அம்மாவின் வாய் பிளந்து ஊற்ற முனைய, அம்மாவின் வாய்க்கோணிக்கொண்டு சென்றது. மேலும் வாய் திறக்கும்படி அழுத்த அம்மாவின் நாக்கு துண்டிக்கப்பட்டிருப்பதைப் பார்த்தேன். அம்மா இத்தனைக் காலமும் பேசாதிருந்ததின் மௌனமான மர்மம் அந்த இரவில்தான் உணர்ந்தேன்.

அம்மா அப்பாவை ஆங்காரமாய் புறந்தள்ளினாள். அப்பா அசையாத கல்லாய்ப் போராடினார். அப்பா அயர்ந்த ஒரு வினாடியில் திடீரெனக் குவளையைத் தட்டி விட்டாள். பாசிநீர் திரவம் அறையெங்கும் சிதறுவதை அப்பா அதிர்ச்சியுடன் பார்த்துவிட்டு சட்டென அம்மாவை அறைந்தார். அம்மா மிரண்டு வாங்கிக் கொண்டாள். நான் எழுந்து உளறியபடி உள்ளே ஓட, அடுப்பூதும் குழலால் அம்மாவை ஓங்கி அடித்திருந்தார். நான் அப்பாவின் காலைக் கட்டிக்கொண்டு அழுதேன். அம்மா ஒரு மரவட்டைபோல் சுருண்டு முனகினாள். என்னை விலக்கியபடி அப்பா ஆவேசமாய் வெளியே சென்றார்.

வெகுநாட்கள் அப்பாவுக்கான காத்திருப்பில் இருந்தது வீடு. அம்மா தலைவிரிகோலமாய் தானியங்களும் ஓடுகளும் சிதைந்த அறையில் உட்கார்ந்திருந்தாள். இறைந்த தானியங்களை அள்ள முடியாமலும், உடைந்த பொருட்களைப் பழைய உரு திரட்ட முடியாமலும் அலைகளினூடே அறையினுள் வசித்தாள். ஊன்றுகோல்கள் ஏதுமில்லாது தவித்தாள். துண்டாடப்பட்ட தன் உறுப்புகளின் இடங்களை நினைத்தபடி, பழங்கதைகளை வீதி பார்த்த திண்ணைகளில் வீடு வீடாய்ச் சென்று கேட்டிருந்தாள். மழை பெய்தபோது வீடு முழுவதும் தாரை தாரையாய் ஒழுக ஆரம்பித்தது. அதைவிட பெருமழை தொடர்ந்தபோது சுவர்கள் மழமழப்பை இழந்து சொட்டைச் சொட்டையாய் உதிர்ந்தது. மழையின் தடங்கள் நெளி நெளியாய், நேர் நேராய் இருந்தது. கோழிகளும் பூனைகளும் கூரை மேல் விளையாடவும் தங்கவும் தோதான இடமாகக் கண்டுகொண்டன.

அக்காள் உருத்தேறி கொல்லாபுரம் செல்வதும் உருவிழந்து ஊர் திரும்புவதும் வழக்கமாக்கி வைத்தாள்.

மழைநீரில் நனைந்த தரை, பெரும் பெரும் கொப்புளமாகவும், சிரங்காகவும் உப்பி பெயர ஆரம்பித்தது. சுத்தப்படுத்தும் எண்ணத்தில் பெருக்கியபோது தரைபெயர்ந்து மண்ணின் முகம் தெரிந்தது. பெருக்கப் பெருக்கப் புழுதி உருவானது. மீண்டும் மீண்டும் துவைத்த ஆடைகள் வீதி வாசிகளாலும் வீட்டின் புழுதியாலும் அழுக்காகிக் கொண்டிருந்தன. அடி குழாயில் நீர் வற்றியது. இலையுதிர்காலம் ஆடைகள் அற்று இருந்தன மரங்கள். குளியலறை மறைப்புகள் மட்கி நிலை குலைந்து மண்ணைக் கவ்வின. நான்கைந்து சவுக்கு மரக்குச்சிகளும் மூங்கில் பிளாச்சுகளும் நீள் சதுரங்களாக வெற்றிடத்தைப் பிணைத்துக் கொண்டு நின்றன. மறைப்புகள் இன்றி குளிக்காது இருந்தோம். குளித்தபோது எங்கள் வடிவங்களைக் கடந்து சென்றவர்கள் கவனித்துச் சென்றார்கள். ஒரு சூறாவளிக் காற்றில் தலைக்கூரை புரண்டு சரிந்தது. அகலமான நீள் கோடுவழி வானம் தெளிவாகத் தெரிந்தது. வீட்டின் அனைத்து மூலைகளிலும் எறும்புகள் புற்று வைக்கத் தொடங்கியபோது, அப்பாவின் பெயரைச் சொல்லி மாடுகளை அவிழ்த்துச் சென்றார்கள். கொட்டகையை யார் யாரோ ஏறிப்பிரித்து கழிகளை இரண்டாம் விலைக்கு வாங்கி

விட்டதாக எடுத்துச் சென்றார்கள். வீடு துக்கத்தின் துகள்களால் இறுக்கமாக மூடப்பட்டு இருந்தது. அப்பா வரவில்லை அதன்பின். நடுநிசியில் தொழுவத்தில் கொலுசொலி கேட்பதில்லை. ஊர் எல்லையில் கொலுசொலியும் அப்பாவின் அழுகை ஒலியும் கேட்டதாக ஊர் பேசிக்கொண்டது. அந்த வருடம் நரிகடிச்சான்சாமி கோயிலின் பூசையில் அப்பாவைப் பார்க்க முடிந்தது.

10

ஆற்றுக்கு அருகே இலுப்பை மரத்திட்டில் நள்ளிரவில் நரிகடிச்சான் சாமிக்குப் பூசைத் தொடங்குகிறது. தட்டுப் பந்தலில் நான்கைந்து பெட்ரோமாக்ஸ் விளக்குகள் ஆவியை வெளியிட்டபடி மூலைக் கொன்றாய் தொங்குகிறது. தொன்மரம் இலுப்பை மரத்திட்டின் மையத்தில் மேலெழுந்து தலைவிரித்து திட்டைக் கவிழ்த்தி மூடியிருக்கிறது. பகலிலும் இருள்தேங்கும் திட்டு. டங்ளான் பூசாரி சாமிப்படையலுக்கு சுத்தமாக நீராடுகிறான் ஆற்றில். டங்ளான் பூசாரிக் குடும்பம்தான் அருள் வாக்கையும், பரிகார நிவர்த்தியையும் பரம்பரையாக செய்து வருகிறது. டங்ளான் பூசாரி முதுமையாகி விட்டான். வாரிசு இல்லாதது பெருங்குறை. நரிகடிச்சான் சாமியே அவனுக்கு குழந்தை பாக்கியம் இல்லாதது மூலம் அவனது குடும்ப அருள்வாக்கையும் பரிகார நிவர்த்தியையும் நிறுத்திவிட்டது. தட்டுப் பந்தலில் பெண்களும் குழந்தைகளும் இடித்துப் புடைத்துக் கொண்டு உறைந்த கல்லாய் உறங்குகிறார்கள். எல்லோரிடமும் விளையாடுகிறது காற்று. குமரிகள் இருள்நிறைந்த படுகையில் சரஞ்சரமாய் நீர்க்குடம் சுமந்து கொப்பரையில் நீர் நிறைக்கிறார்கள். இருள் மிதக்கும் மணலில் பதிகிறது குமரிகளின் காலடிகள். சிந்தும் நீரை கொடூர தாகத்தில் குடிக்கிறது மணல். குமரிகளின் கதைகளையும், சிரிப்பையும், துக்கத்தையும் ஆறும் வழியும் வெறுமனே கேட்டுக் கொண்டிருக்கிறது. சிறு பட்டினத்திற்கு பிழைக்கச் சென்றவர்கள் தெய்வ அருள் பெற குடும்பத்தோடு வாகனங்களில் வந்திருக்கிறார்கள். வெளிச்சம் மின்னும் திட்டின் கீழ் நிறைந்த சமவெளி இருளில் உதிரிகளாய் நிற்கிறது வாகனங்கள். துயிலாத சிறுவர்கள் பிருட்ட பிடிமானமின்றி தொங்கிக் கொண்டு ஊசலாடி விளையாடுகிறார்கள் விழுதுகளில். சிறுவர்களின் இழுவிசையில் சிரிக்கிறது தொன்மரம். வருடத்திற்கொரு முறை சிறுவர்கள் ஊசலாடுகிறார்கள். காற்றும் மழையும் தொடும் மற்ற காலங்களில். நரிகடிச்சான் சாமி கோயிலுக்கு கால்நடை மேய்க்கும் பிள்ளைகள் கூட போவதில்லை. சினையாடு பலியிடப் படும் இடம் அவர்களை ஒதுக்கி வைத்திருக்கிறது. டங்ளான் பூசாரி இலுப்பை மரத்திட்டிற்கு மேடேறி வருகிறான் முன் பக்கம் லேசாய் குனிந்து பாரவண்டி இழுப்பது போல். பெரும் தீவிர விசனத்தில் இருந்தது அவன் முகம். மாதவிடாய் நாட்களுக்குரிய பெண்கள் கோயிலுக்கு வரக்கூடாது. நரிகடிச்சான்சாமி சட்டம். குலவையின் சப்தமும், மேளக் கொட்டும் சாமி மலையேறுகையில்

கேட்கும் ஆரவாரமும் வடிகட்டி ஊரில் கேட்கும்போது கேட்டுக் கொள்ள வேண்டியதுதான். மனிதப் பலி நரிகடிச்சான் சாமிக்குச் சாதாரணம். புராதனக் கதைகள் கூறுகிறது செவிவழி ஊடுருவலில். தட்டுப் பந்தலின் ஓரத்தில் புத்தம்புதிய செந்நிற மண்பானையில் அம்மா கடவுளுக்குப் பொங்கல் வைக்கிறாள். திட்டுக்கு தங்குதடை யற்றக் காற்று வந்து சுழற்றுகிறது. அடுப்பு மறைவுக்கு பனந்தட்டி விரித்து நிறுத்துகிறார்கள். தீ நாக்கு அடுப்பை விட்டு தலையை நீட்டி நீட்டிப் பார்த்துக் கொண்டிருக்கிறது. மூன்று திசைக்கும் மூன்று கல் கொடுத்து பானையேற்றி, அடுப்புக்கு நான்காம் கல்லாய், நான்காம் திசையில், தீயின் ஒளியில் சிவப்பாய் உட்கார்ந்திருக்கிறாள் அம்மா.

அப்பாவின் கனமான நிழலை அம்மாவின் மெல்லிய நிழல் முடிவில்லாமல் சுமக்க கடினப்பட்டு புலம்பி ஓடியது. அப்பாவின் தழைத்த நிழல் வெப்பத்தை வைத்திருக்கும் கரும்புத் தோட்ட சுனை, சவுக்கு மரத்தோப்பு வெளிகளென நகர்ந்தது. வெய்யல் ஏற ஏற அப்பாவின் நிழல் பருத்து நீண்டு ஊர் எல்லைகளைத் தொட்டது. எல்லையில் முடுக்குத் தெருவில் டங்ளான் பூசாரியின் சாம்பல் வண்ணக் குடிசை. டங்ளான் பூசாரி முதல் மனைவி ஓடிவிட்டபின் பரிகாரமாய் அவளின் தங்கை அருந்ததியைக் கொண்டு வந்து வைத்தான். தாத்தா பேத்தி வடிவத்தில் கணவனும் மனைவியும் உலவினார்கள். அப்பாவின் நிழல் சாம்பல் குடிசையை எட்டியபோது அருந்ததி இரண்டாம் முறையாகப் பூப்பெய்தினாள்.

அருந்ததியின் கொலுசு சப்தம் நடுநிசியில் எங்கள் வீதியை நிறைத்து எங்களைத் துணுக்குறச் செய்தது. ஆரம்பத்தில் அன்னியச்சி யின் பிரவேசிப்பால், வெகுண்ட மாடுகளின் மூச்சிரைப்பும், மணி யோசை தலை சிலும்புவதிலும் கேட்டுக் கொண்டிருந்தது. அப்பா, மாடுகளுக்குக் கொலுசொலியைப் பழக்கப்படுத்தினார். ஊர் இளைஞர்களின் அதிக சதவிகிதத்தினரின் தாபம் அருந்ததி செல்லு மிடத்திற்கெல்லாமும், அவர்களுக்குமான இடைவெளியில் சோகமாக மிதந்தது. டங்ளான் பூசாரி ஊருக்குப் பொதுவான பண்டத்தை வாங்கி வந்து வீட்டில் வைத்தது போல் நாக்கை உலாத்திக் கொண்டு சுழன்றார்கள். நடுநிசிக்குப் பின் எங்களின் தொழுவத்தில் வந்தடையும் கொலுசொலி விடிகாலையின் முன்னிரவில் தெரு எல்லையில் தேயும். கொலுசொலியின் சப்தம் ஊரின் காதை நிறைத்தபோது டங்ளான் பூசாரி செவிடாகிப் போனான். அவன் வாயை உண்ணு வதற்கும் மாரியம்மன் பாடல்கள் பாடுவதற்கும் பயன்படுத்திக் கொண்டான். அவன் செவி உயிர் பெற எத்தனையோ நிகழ்வுகள் நிகழ்ந்தபோது, டங்ளான் பூசாரி தன் கண்கள் ஒளியிழந்து விட்ட தாகவும் தான் பார்க்க நினைக்கும் அக்காட்சியைப் பார்க்க முடிய வில்லையென்றும் பதில் சொல்லி அழுதான். டங்ளான் பூசாரிக்குப் பரிந்து பேசியது ஊர். இளைஞர்கள் அப்பாவைக் கழுவிலேற்றக் காத்திருந்தார்கள்.

குட்டை நாயனமும், பெருந்தோட்டம் மேளமும் ஆற்றில் அதிர் கிறது. மண்ணால் பிசைந்த நரிகடிச்சான் சாமியின் உரு மணைக் கட்டையில் பிரதிட்டை செய்து தூக்கி வருகிறார்கள். இருளில் வாசித்த வாசிப்புகள் காற்றில் மோதித் திரும்பி வந்தது. பெட்ரோ மாக்ஸ் விளக்கின் கீழ் வடியும் இருளில் விளக்கு தூக்கி வருபவன் கரும் சிலையாய் நகர்ந்து வர அவனைச் சுற்றிலும் கருமை தாண்டிப் பரவிய வெளிச்சத்தில் மேல்சட்டையற்ற கறுப்பு சிறுவர்களை முன்நடத்தியபடி சாமிப்படை வருகிறது. மேளக் கொட்டின் அதிர்வு களினூடே திட்டின் வாண வெடிகள் இருளைக் கிழித்துக் கொண்டு வானத்தின் உச்சியில் நெருப்புத் தூறலுடன் வெடித்த ஒலி இரு வினாடிகள் கழித்து ஆற்றில் கேட்கிறது. புளியும் சாம்பலுமிட்டு விளக்கப்பட்ட பட்டாக்கத்தியில் டங்ளான் பூசாரி நீர்விட்டுக் குழைத்த திருநீறால் பட்டை போடுகிறான். மேளக் கொட்டின் அதிர்வுகள் நெருங்க நெருங்க சாம்பல் வெள்ளை சடைமுடியோடு அதிர்ந்து குலுங்குகிறது அவன் உடல்.

திட்டில் தலைமுளைத்து ஏறிவருகிறார்கள் சிறுவர்கள். மேளக் கொட்டின் அதிர்வு இலுப்பைத்திட்டை பூரணமாக நிறைக்க துயின்று கொண்டிருந்த கூட்டம் தூக்கம் கலைந்து எழுந்து நெரிகிறது. ஆடைகள் நெகிழ கையுயர்த்தி பெண்களும், திகிலுடன் குழந்தைகளும் கும்பிடுகின்றன. நரிகடிச்சான் சாமி இலுப்பைத் திட்டின் மையத்திற்கு வந்தபோது டங்ளான் பூசாரி முதிய உடல் இளமையாகி எழுந்து ஆடுகிறான். சடைமுடி எழும்பி எழும்பி விழுகிறது. மஞ்சள் நீரில் குளிப்பாட்டப்பட்ட சினை ஆடு பலி பீடத்தின் முன் நிழலுருவமாக நிற்கிறது. நரிகடிச்சான் சாமியைக் குறைகேட்க, டங்ளான் பூசாரியை ஆட்கள் அமுக்கிப் பிடிக்கிறார்கள். நரிகடிச்சான் சாமி திமிறுகிறது. நீளவாகு கத்தியில் அடியிலும் நுனியிலும் துணி சுருட்டி கறுக்கு அறுக்காமல் ஆட்கள் பிடித்து கால்களை அகட்டி சமனப்படுத்தி நிற்கிறார்கள்; நரிகடிச்சான் சாமியின் பக்தியை நிர்ணயிப்பதற்கு. சாமி கறுக்குள்ள மைய பாகத்தில் உள்ளங்கால்களை வைத்து ஏறி மக்கள் கூட்டத்தை விட உயரமாக நிற்கிறது. பெண்களின் குலவைகள் பிராந்தியத்தை அமானுஷ்யமாக்குகிறது. மேளக்கொட்டும், நாயனமும் குலவைகளைத் தாண்ட குதியாட்டம் போடுகிறது. சிறுவர்கள் ஆரவாரிக்கிறார்கள். நரிகடிச்சான் சாமியை கத்தியில் நின்றபடியே தொன்மரத்தைச் சுற்றிச்சுற்றி வருகிறார்கள். மேளக்கொட்டு வெறி யாட்டத்துடன் முழங்க தாளத்திற்கு இசைவாய் மேல் உடலையும், தலையையும் வெட்டி வெட்டி ஆட்டுகிறது நரிகடிச்சான் சாமி. இளைஞர்கள் சுற்றி நின்று ஆட்டம் போட்டு தாளத்தை மேலும் மேலும் முடுக்குகிறார்கள். இலுப்பைத் திட்டு கறுப்பு சமவெளியில் இளமஞ்சள் புள்ளியாய் அமானுஷ்யமாக மின்னுகிறது.

நரிகடிச்சான் சாமி கொடுவாளை கையிலேந்திக் கொண்டு பலி பீடத்திற்கு வருகிறது. சாமி வழக்கத்தில் சுற்றிச் சுற்றி வருகிறது. ஆட்கள் விலகுகிறார்கள். அம்மா பொங்கலை கடவுளுக்கு சமர்ப்பிக்

கிறாள். சாமி திருநீறு சாம்பலை அள்ளி கூட்டத்தில் பிடி பிடியாய் வீசுகிறது. கூட்டம் கண்களை மூடி பிரார்த்திக்கிறது. மேலும் மேலும் சாம்பல் விசிற, புகைபோல் அலைகிறது திருநீறின் ஆவி. சிறுவர்கள் கண்களை மூடிக் கொள்கிறார்கள். பெண்கள் குழந்தைகளின் முகத்தை பொத்திக் கொள்கிறார்கள். சாமியின் அலைவு மூர்க்கமாக இருக்கிறது. கூட்டத்தில் நுழைந்த சாமி கத்தியை தரதரவென இழுத்தபடி வெளிவந்தபோது கூட்டம் தீப்பிடித்ததாய் திமிறி ஓடியது. சாமி ஆங்காரமாய் பல்லை நறநறவெனக் கடித்தபடி "ரெண்டு நாளா ரத்தக்கறைப்பட்டவ ஏண்டா கோயிலுக்கு வந்தா?" என்கிறது. கூட்டத்தில் ஓலம் எழ பெண்களின் மத்தியில் கூட்டம் நெரிகிறது. நரிகடிச்சான்சாமி இலுப்பைத் திட்டை விட்டு ஆட்டை வெட்டாது இறங்கி ஓடுகிறது. சாமியைப் பிடிக்க திமுதிமுவென ஆட்கள் இறங்கி இருளில் ஓடுகிறார்கள். ஆட்டின் மேல் தெளித்த மஞ்சள் நீர் உலர்கிறது.

ஆரவாரத்திற்கான எழுச்சி ஒடுக்கப்பட்டு மௌனம் நிலைபெற்று, கசகசவெனக் கூட்டம் ஒலிகளை இழைக்க யாரோ ஒரு பெண்ணின் கணீரென்ற குரல் இருளையும் மௌனத்தையும் கிழித்தது அழுகுரலி னூடாக. பெண்கள் கூட்டம் கூடி அழுகிறது. குரலில் தீச்சொல் வெளியேறுகிறது. தீப்பற்றிய நாக்குகள் வழியாக. அந்தரத்தில் விழுந்த தீச்சொல் திட்டில் சுழன்றக் காற்றோடு சேர்ந்து ஊர் ஊராய் அலைந்தது செய்திகளைச் சுமந்து கொண்டு.

அருந்ததி வெளிவந்தக் குடலுடன் ரத்தக் காடாய் விழிகளை நிலைத்து மல்லாந்து கிடந்தாள்.

டங்ளான் பூசாரி மறுநாள் தூக்குப் போட்டுக் கொண்டான். அன்று சாயந்திரம் இளைஞர்கள் ஆனந்தமாக அப்பாவைக் கழுவி லேற்றினார்கள். டங்ளான் பூசாரிக்கும், அம்மாவுக்கும் ஊர் பரிந்து பேசியது.

அம்மா மயிரினை விரித்துப் போட்டு கழுமரத்தைச் சுற்றி மாரடித்து அழுது புலம்புகிறாள். றெக்கை முளைத்த மனிதப் பறவை போல் கழுமர நுனியில் அப்பா சாய்ந்துறங்குகிறார். காலத்திற்குக் கட்டுப்பட்டு நிற்கிறது கழுமரம்.

குமுதம்.காம், செப்டம்பர் 16 - 30, 2001

ஊருக்குச்செல்லும் வழி

ஊரிலிருந்து நடக்கத் தொடங்கியவன் வெய்யில் ஏறியபின் பக்கத்தூருக்கு வந்துவிட்டிருந்தான். ஊரில் இந்நேரம் மாடுகள் அவனைக் கத்தியபடி அழைத்துக் கொண்டிருக்கும். ஊர்ச்சிறுவர்கள் சிலர் கொட்டகைகளிலும் பாழடைந்த கோவிலிலும் தேடி சலித்திருப்பார்கள். பழையதைத் தின்று வளர்ந்த வயிறு அதிகமாகப் பசிக்கத் தொடங்கியது. தெரிந்த முகம் ஏதேனும் தட்டுப்படுகிறதாவென கண்களை எட்டும்வரை துரத்திக்கொண்டிருந்தான். மெல்ல மெல்ல அங்கிருந்த டீக்கடை முன்புவந்து பசி தின்று கொண்டிருக்கும் தன் முகத்தை எல்லோரிடமும் காட்டிக் கொண்டிருந்தான். அவனது கசங்கிய போர்வையையும் வீங்கிய கால்களையும் பார்த்ததும் டீக்கடைக்காரர் அவனைத் துரத்தாத குறையாக முறைத்தார். சோறு கேட்கக் கூச்சப்பட்டுக் கொண்டு வேலை கேட்டான். அவனுக்கு எந்த வேலையும் கொடுக்க முடியாத சூழலில், ஆட்கள் இருக்கிறார்கள் என்ற பதிலோடு முடித்துக் கொண்டார். அழுக்கேறிய மரப்பெஞ்சுகளில் பட்டை சாதமும் மசால்வடையும் துண்டு இலைகளில் பரிமாறப்படுவதைப் பார்த்துக் கொண்டிருந்தான். இறுதியாக கடைக்காரர் அவனுக்கு ஒரு சாதத்தை இலையில் சுருட்டிக் கொடுத்தார். வாங்கிக் கொண்டு ஒதியமரத்தடிக்கு வந்து காகங்களை விரட்டியபடி சாப்பிட்டுவிட்டு போர்வையை உதறிப் போட்டுப் படுத்துக் கொண்டான். அவனது ஊரிலிருந்து யாராவது வந்து ஒரு வார்த்தை சொல்லிக் கூப்பிட்டால் கூட திரும்பிச் செல்லும் மனநிலைக்கு வந்துவிட்டிருந்தான். கிராமத்துத் தாவரங்களும் வீட்டு மிருகங்களும் தாமரைக்குளமும் தினம் வரும் பொழுதுகளும் அரிசி ஆலை செம்மண் சாலையும் மயானத்திற்கு அழைத்துச் செல்லும் ஒற்றையடிப்பாதையும் பாழடைந்த கோவிலில் வீற்றிருக்கும் அம்மன் சிலையும் அவனைத் தெரிந்து வைத்திருந்தன.

அவனுக்குக் கடவுள் பெயரை வைத்திருந்தார்கள் அவனைப் பெற்றவர்கள். அது அவனுக்குச் சுருங்கி வேறு பெயரை வாங்கிக் கொடுத்துவிட்டது. அதுவே அவனது

இறுதிப் பெயராக ஆகிப் போனது. ஊரில் அவனை பிறந்தது முதல் இறக்கப் போவதுவரை பெயர் சொல்லி அழைத்தது. அவன் எல்லோர் கூப்பிடு குரலுக்கும் ஒரே மாதிரிதான் திரும்பிப் பார்த்தான். அவனிடமிருந்து எதிர்பார்க்கும் பதிலை எல்லோருக்கும் ஒரே மாதிரியாகத்தான் சொல்லிக் கொண்டிருந்தான். அவர்களின் சூழலைப் பொறுத்து சலிப்புற்றும் சலிப்புறாமலும் அவனது பொய் கலந்த பேச்சைக் கேட்டுக் கொண்டிருந்தார்கள்.

முற்காலத்தில் அவனுக்கொரு மனையும் மனைவியும் ஒரு பெண் குழந்தையும் உடன் இருந்தார்கள். விவசாய வேலைகளுக்குச் சென்று கொண்டிருந்த அவன் ஊரில் ஒத்தாசை வேலைகளாய் விறகு பிளப்பது, அரிசி ஆலைகளுக்கு உணவு தானியங்களைக் கொண்டு சென்று அரைத்து வருவது போன்ற காரியங்கள் செய்து கொண்டிருந்தான். வேலை முடிந்தவுடன் அவனுக்குச் சோறு போட்டுக் களைத்தார்கள், வேலைக் கொடுத்தவர்கள். பழைய சோறும் வீட்டு வேலைகளும் அவனுக்கு ஒவ்வொரு வீட்டின் தோட்டத்திலும் அவன் பெயரைச் சொல்லிக்கொண்டு காத்துக்கிடந்தன. அவன் பிகு பண்ணிக்கொள்ளாமல் வியர்வை வழிய வேலைகள் செய்தான். கள்ளம் கவடத்த புள்ளை என்றார்கள்.

சாப்பிடும்போது அவனைச் சுற்றி குமரியான பெண் பிள்ளைகளும் கிழவிகளும் உட்கார்ந்து கிண்டலடித்தார்கள். அவன் கூச்சமற்று பெரும் பெரும் கவளமாய்ச் சோற்றை உருட்டி விழுங்கிக்கொண்டிருந்தான். குழந்தைகள் அவன் சோறுண்பதை வேடிக்கை பார்த்துக் கொண்டிருந்தார்கள். அவர்களின் கதையில் மலைமலையாய்ச் சோறு குவித்து உண்ணும் ராட்சசனாய் இருந்தான் அவன். கிழவிகள் ஈக்களை விரட்டுவதுபோல் சிறுவர்களை விரட்டினார்கள். அவர்கள் ஓடிச்சென்று மேலும் சில சிறுவர்களைக் கூட்டி வந்து வேடிக்கை பார்த்தார்கள். ஊர் விசேஷத்திற்கு தாமரைக்குளத்தில் இலை கிள்ளும்போது நீர்ப் பூச்சி ஏதோ ஒன்று கடித்த நொடியிலிருந்து அவனது வாழ்க்கை திசை மாறிச்சென்றது.

போர்வை போர்த்தியபடி கயிற்றுக்கட்டிலில் அனத்திக்கொண்டு கிடந்தான். எல்லோரும் வெறுமனே விசாரித்துவிட்டுப்போனார்கள். எங்கும் செல்ல முடியாதவனை வேலையும் சோறும் வைத்துக் கொண்டு ஆள்விட்டுக் கூப்பிட்டார்கள். அவன் படுத்தே கிடந்தான். தர்மாஸ்பத்திரிக்குப் போகச் சொன்னார்கள். இன்னும் கொஞ்ச நாளில் சரியாகிவிடுமென்று நோயை நீட்டித்துக்கொண்டு கிடந்தான். ஊர் தூங்கிவிட்ட பிறகும் தனியாகப் பேசிக்கொண்டு கிடந்தவனை நோய் பொறுக்காமல் அனத்துகிறான் என்றார்கள்.

சிகிச்சை எதுவும் செய்து கொள்ளாத அவனுக்கு கால்கள் வீங்கி குட்டரோகிகளுக்கு உரிய கால்களின் வடிவமாகவே நிலைக்கத் தொடங்கிய பிறகு தர்மாஸ்பத்திரிக்கு சிகிச்சைக்குச் சென்றான். அவன் குடும்பம் அவனை விட்டுச் சென்றது. அவன் சொக்காய்களில் மருத்துவரின் எழுத்து பதிந்த காகிதங்களும் மாத்திரைப் பட்டைகளும்

துருத்திக்கொண்டு நின்றன. நோயாளிகள் தவம் கிடக்கும் தர்மாஸ்பத்திரி வேப்ப மரத்தடியும் ஊரின் பொது இடங்களும் தெருவும் அவனுக்கு வாசஸ்தலமாகிப்போனது. பின்பு அவனுக்கு வீட்டுக்குச் செல்லும் பாதை மறந்துபோனது. அவன் வீட்டுக்குள்ளும் சுற்றுப் புறத்திலும் பசும்புற்களும் பூண்டு செடிகளும் செழிப்பாக முளைத்துக் கிடந்தன. மழைக்காலங்களில் வடிகாலற்றுத் தேங்கிய மழை நீரை தெருவாசிகள் புழக்கமற்ற வீடென்று அவனது வீட்டுப் பக்கம் பள்ளம் பறித்துத் திருப்பிவிட்டார்கள். எல்லா மழைக் காலங்களிலும் மழைநீரின் அலைவுகளில் அவன் வீடு தலைகீழாய் நெளிந்துகொண்டு நீர் சுற்றி நிற்கும் தீவு வீடானது. அவன் தனது வீட்டைத் திரும்பிப் பார்க்காமல் சென்றுகொண்டிருந்தான். மழை வற்றிய பிறகு செழித்து நிற்கும் தாவரங்களைத் தின்பதற்கு ஆடு மாடுகளை கயிற்றில் கட்டிப்பிடித்துக்கொண்டு நின்றார்கள் வீட்டிலேயே மாடு வளர்ப் பவர்கள். சிலர் முளைக்குச்சி அடித்து அங்கேயே கட்டிப்போட்டார் கள். வளரும் இளைஞர்கள் பீடி குடிப்பதையும் குட்டி போடும் நாய்களையும் கதகதப்பில் கண் திறக்காது முனகும் நாய்க்குட்டிகளை யும் கள்ளக் காதலர்களையும் பல சமயங்களில் வந்து அண்டும் சர்ப்பங்களையும் பார்த்துக்கொண்டிருந்தது வீடு.

அவ்வீடு ஒரு வெள்ளத்தில் இடிந்துவிட்ட பிறகு அவன் மகள் கானூரில் ஆடு மேய்ப்பதாகச் சொல்லக்கேட்டு வெய்யிலில் அவ்வூ ருக்கு நடந்து சென்றான். வெள்ளாமை அற்ற காடுகளில் ஆடுகளோடு அலையும் அவள் அவனைப் பார்த்ததும் அழுதாள். புல் முளைக்காத வரப்பில் உட்கார்ந்தபடி அவள் அழுகையைக் கேட்டபடி குனிந்திருந் தான். அவளுக்கு ஆறுதல் சொன்னான். அவ்வாறுதலில் நம்ப முடியாத வார்த்தைகள் இருந்ததை உணர்ந்த அவள் தனது தகப்பனை வினோதமாகப் பார்த்தாள். அவன் தனக்கு சில அரசியல் தலைவர் கள், போலீஸ்காரர்கள், மருத்துவர்கள் எல்லாம் மிக நெருக்கமென்றும் எல்லாம் தான் சொன்னபடி கேட்பார்கள் என்றும் கூறினான். பேருந்தில் தனக்கு டிக்கட்டுகள் எதுவும் வாங்க மாட்டார்கள் என்றும் சொன்னான். அவளுக்கு ஏதேனும் பாதுகாப்புத் தேவை யெனில் அவ்வூர் போலீஸ்காரர்களிடம் சொல்லி ஏற்பாடு செய்து விட்டுப் போவதாகவும் கூறினான். அவளுக்கு மிகுந்த குழப்பங்கள் இருந்தாலும் ஏதோ ஒன்றை உணர்ந்தவள்போல் அமைதியாய் இருந்தாள். வெள்ளத்தில் வீழ்ந்துவிட்ட தன் வீட்டிற்குச் செல்வ தில்லை என்றும் அதை அவளை எடுத்துக்கொள்ளலாம் என்றும் சொல்லிவிட்டு அந்த வீட்டுக்கும் மனைக்குமாகப் பத்து ரூபாய் பணம் கேட்டான். சிறு வயதிலேயே அவளுக்குப் பத்து ரூபாய் சாதாரணப் பணம் என்று தெரிந்திருந்தவளுக்கு அவன் பேச்சு சங்கடத்தைக் கொடுத்தது. கேட்டுவிட்டு ஆடுகளைப் பார்த்துக்கொண் டிருந்தான். பிறகு அவளிடம் பத்து ரூபாய் இல்லையென்றால் பரவாயில்லை ஒரு ஆடு கொடு என்று கேட்டான். ஆடுகளனைத்தும்

ஊர் மக்களுடையது; நான் வெறுமனே பார்த்துக்கொண்டிருக்கிறேன் என்று மீண்டும் மீண்டும் விளக்கிக் கூறினாள். கதை கேட்பவன் போல் அவள் வாயைப் பார்த்துக்கொண்டிருந்தான். கழுத்தில் சுற்றியிருந்த நீள் துண்டை அவிழ்த்து அவளை மராப்புப் போட்டுக் கொள்ளச் சொல்லிக் கொடுத்தான். அவள் வாங்கி ஆண்பிள்ளை போல் தோளில் இட்டுக்கொண்டாள். அவள் அவனை அனுப்பு வதற்கு வெகுநேரம் யோசித்து சங்கடப்பட்டாலும் அவ்விடத்தை விட்டுக் கிளம்புமாறு சாடைமாடையாய் கேட்டுக்கொண்டபோது அவளுக்கு வைத்திருந்த மத்தியானக் கஞ்சியைக் கேட்டு வாங்கி குடித்துவிட்டு வெய்யில் தாழ ஊருக்கு வந்து சேர்ந்த பிறகு அவளை மறந்து விட்டிருந்தான்.

எல்லாக் காலத்திலும் முளைக்கும் தாவரம் போல் எப்போதும் ஊருக்குள்ளே இருந்தான். புதுமைகள் கரைந்து உபயோகப்படுத்தப் பட்ட பழைய பொருள்போல் எல்லோர் குரலுக்குள்ளும் ஒளிந்திருந் தான். அவனது உடல் நிலையை விசாரிக்கும் வீடுகளின் வாசல்களில் இருப்பிடத்தை வைத்துக்கொண்டு சோற்றுப்பாத்திரங்களுடனும் பழந்துணிகளுடனும் காலத்தை வெறித்தபடி உட்கார்ந்திருந்தான். உடல் உபாதைகளால் வேலைகளெல்லாம் கை நழுவிப்போய்விட்ட பிறகு சிறு பிள்ளைகள் தவறவிடும் கோலிக் குண்டுகளையும் கிட்டிப் புள்ளுகளையும் பந்துகளையும் தேடித் தூக்கிப்போடும் உபவேலைக் காரனாய் கூட பல சமயங்களில் ஆகிவிட்டிருந்தான். அப்போது குழந்தைகளின் சாயைகள் படர்ந்திருந்தது அவன் முகத்தில்.

கடினமான வேலைகளுக்கு உபயோகமற்றவன் என்று சாவுகளுக்கு செய்தி சொல்ல பக்கத்தூரில் இருக்கும் உறவுகளுக்குச் சீட்டில் பெயரெழுதி அனுப்பினார்கள். சீட்டை சட்டைப்பையில் வைத்துக் கொண்டு கால் வலிக்கிறதென்று கெந்திக்கெந்தி நடந்தபடி சாலையை அளந்தபடி இழவு வீட்டு முகவரிகளைத் தேடிச் சென்றான். வெய்யில் ஏறிக்கொண்டு வந்தது. உணக்கையாய் இருந்தது. வேற்றூரின் தெருக் களுக்குள் பெண்களாய்ப் பார்த்து முகவரி விசாரித்தான். அவர்கள் அவனை விசாரித்தார்கள். அவன் இழவுச் செய்தியை விட்டுவிட்டுத் தன் கதையைச் சொல்லிக்கொண்டிருந்தான். உச்சிப்பொழுதில் அவன் தேடிக்கொண்டு வந்த வீடு பூட்டிக்கிடக்க, பக்கத்தில் விசாரித்துக்கொண்டு அவர்கள் விவசாயம் செய்யும் வயல்வெளிக்குச் சென்றான். கதிரறுத்து நெல் அடித்துக் கொண்டிருந்தவர்கள் அவன் எடுத்து வந்த செய்தியைக் கேட்டதும் நெல் பட்டறைக்கு அகப்பட்ட சிறுவர்களைக் காவல் வைத்து விட்டு, மார்மீதும் தலைமீதும் அடித்துக் கொண்டபடி வயலின் குறுக்கே கத்திப் புலம்பி ஓடுவதைப் பார்த்தான். அவன் கடந்து வந்த தூரத்தை எண்ணி பழைய சோறும் டீ செலவுக்கு சில்லரைக் காசுகளும் கொடுப்பார்கள் என்ற கற்பனை அறுந்துபோனது. காவலுக்கு நின்ற சிறுவர்களிடம் ஒரு படி நெல் கேட்டான். அவர்கள் தரமுடியாதென்றார்கள்.

அவர்களை நைஸ் பண்ணிப் பார்த்தான். சிறுவர்கள் அவனைவிட புத்திசாலியாக இருந்தார்கள். அனைவரையும் திட்டியபடி திரும்பி நடக்க ஆரம்பித்தான்.

பிணம் தூக்கும் நேரத்தில் ஊர்வந்து சேர்ந்த அவன் செய்திகள் சொல்லப்பட்ட வீட்டில் டீ செலவுக்கும் காசுகொடுக்கவில்லை, ஒரு வேளை சோறும் கொடுக்கவில்லை என்று இழவு வீட்டு வாசலில் புகார் சொல்லிக்கொண்டு கிடந்தான். திருப்பித் திருப்பி ஒரே பேச்சைப் பேசும் அவனைச் சகிக்க முடியாது வேறு வேலைக்குத் துரத்தினார்கள். அங்கும் சென்று அதையே சொல்லிக் கொண்டிருந்தான். வந்த உறவினர்களுக்கு சலாம் போட்டுக்கொண்டு நின்றான். சிலர் சில்லரை கொடுத்தார்கள். வெற்றிலைப் பாக்குக்காக மடியைப் பிரித்தாலும் கை நீட்டிக் கொண்டு நின்றான். அவன் கதையைக் கேட்டபடி வெற்றிலைப் பாக்குக் கொடுத்தார்கள். சுண்ணாம்பையும் சேர்த்து வாங்கிக்கொண்டு சில்லரைக் காசுகள் கேட்டான்.

ஊராரின் இறப்புகளில் அவன் கவனிக்கப்படாத அத்தியாவசியப் பொருளாக இருந்து கொண்டிருந்ததை இறக்கப் போகும் தருவாயிலும் மரணபீதியிலும் உள்ள முதியவர்கள் அவனை அழைத்துப் பேசிக் கொண்டிருந்தார்கள். கழியைத் தரையில் ஊன்றிப் பிடித்து மணிக் கணக்காய் கால்மாற்றி நின்றபடி அவர்களோடு உரையாடிக் கொண் டிருந்தான். சனிப்பிணம் தனிப்பிணமாகப் போகாதா என்றார்கள். போகாது என்றான். சனிக்கிழமைகளில் முதல் சாவு விழும் வீட்டில் நிற்கும் அவன் ஊரில் அரற்றிக்கொண்டு கிடக்கும் மற்ற வயசாளி களின் வீட்டுக்குச் சென்று உடல் நலம் விசாரித்தான். இவன் வந்து விசாரித்தால் சாவு நிச்சயம் என்பதாய்க் கருதி நாயை விரட்டுவது போல் போ போ என்றார்கள். வீழ்ந்த ஒவ்வொரு உடலும் சுடு காட்டில் சென்று மறையும் வரை ஊரோடு மயானக்கரைக்குச் சென்று வந்துகொண்டிருந்தான். பாடை ஊர்வலத்தின் முன் செல் லும் மேளக்காரர்களுக்கு முன் சென்றபடி மயானக் கரைத் தொடக் கத்தில் எடத்துக்காரன் எடத்தத்தேடி வரான் வரான் எடத்த விட்டுப்போ பாடலை அவன்தான் பாடிக்கொண்டு சென்றான். தோண்டப்பட்ட பிணக்குழியில் உடல் இறக்கிவைக்கப்படும் வரை அப்பாடலை அவன் பாடிக்கொண்டிருந்தான். இளைஞர்கள் அவனைக் கிண்டலடித்தபோது முதியவர்கள் அதட்டினார்கள்.

புறநோயாளிகளின் பார்வை நேரம் முடிந்து விட்ட பிறகு வந்து சேரும்படி ஆகிவிட்டிருந்தது அவனது நடைவேகம். உள்ளே சென்று ஆஸ்பத்திரி வராந்தாக்களில் இங்குமங்கும் அலைந்து கடந்து செல்லும் நர்சுகளுக்கும் டாக்டர்களுக்கும் சலாம் வைத்து சிரித்துக்கொண்டிருந் தான். அவன் பார்வையில் அவர்கள் அனைவரும் வெள்ளையாடை உடுத்தியிருந்தவர்கள். ஆஸ்பத்திரிக்கு முக்கியமானவர்கள். மறுநாள் வந்துப் பார்க்கச் சொல்லிவிட்ட டாக்டர்களுக்கு மீண்டும் சலாம் வைத்துவிட்டு வேப்பமரத்தடியில் தவம் கிடக்கும் சில நோயாளி

களின் கதைகளைக் கேட்டுக்கொண்டும் தன் கதையைச் சொல்லிக் கொண்டும் உட்கார்ந்திருந்தான்.

அங்கு வரும் போலீஸ்காரர்களுக்கு ஆஸ்பத்திரியே சலாம் அடிப்பதை ஆர்வத்தோடு பார்த்துக்கொண்டிருந்தான். மூக்கைப் பொத்திக்கொண்டு மார்ச்சுவரியில் அவர்கள் விசாரணையை முடித்துக்கொண்டு போகும்வரை அவர்களை சினேகிதம் செய்து கொள்ளும் தோரணையில் அவர்களுடன் சுற்றிக்கொண்டிருந்தான். அவர்கள் எதுவும் சொல்லாது கழற்றிவிட்டுச் சென்றார்கள். சாயந்திர மாய் பெயரும் வயதும் குறிக்கப்பட்ட துண்டுச்சீட்டோடு நோயாளி களின் வரிசையில் கால்மாற்றி கால்மாற்றி நின்று கொண்டிருந்தான். செல்வாக்குள்ளவர்கள் வரிசையற்று டாக்டரை நேரடியாகப் பார்ப் பதைப் பார்த்துக்கொண்டிருந்தான். இவனது முறை வந்தபோது டாக்டர் அவனைப் பார்த்தவுடன் எதுவும் பேசாமல் துண்டுச் சீட்டுகளில் மாத்திரைப் பெயர்கள் எழுத ஆரம்பித்தார். பத்து ரூபாய் சில்லரைப் பணத்தைப் பாதித் திறந்து பைல்களுடன் இருந்த மேஜை டிராயரில் போட்டான். டாக்டர் அவனை ஏறிட்டுப் பார்த்தார். சீட்டையும் சில்லரைகளையும் பொறுக்கி அவனிடம் கொடுத்து திட்டி அனுப்பினார். மற்றவர்கள் காசு கொடுத்தால் வாங்கிக்கொள்வதாகவும் என்னிடம் மட்டும் வாங்கிக் கொள்வ தில்லை என்றும் கூறி இது ஒன்றும் திருடிய காசில்லை என்று வராண்டாவில் நின்று கத்தினான். அவனைப் பிடித்து வெளியே துரத்தினார்கள். ஏழைகளைக் கவனிப்பதில்லை; தெரிந்தவர்களுக்கு மட்டும் நல்ல மாத்திரைகளை எழுதிக்கொடுப்பது தனக்குத் தெரியு மென்றும் இது பற்றி எம். ஜி. ஆரிடம் புகார் மனு கொடுத்திருப்பதாக வும் கூறியவுடன் ஆஸ்பத்திரியே சிரித்தது. உங்கள் சிரிப்புக்கெல்லாம் அவர் வந்து வேலையை டிஸ்மிஸ் செய்த பின்பு தெரியும் என்று மிரட்டிப் பார்த்தான். அவர்கள் சிரித்துக்கொண்டிருந்தார்கள். இதற்கு ஒரு முடிவு கட்டாமல் விடுவதில்லை என்று சபதம் செய்து கூறிவிட்டு வெளியிலிருக்கும் ஒரு டீக்கடையில் டீ குடித்துவிட்டு பட்டினியோடும் விசனத்தோடும் ஊர்வந்து சேர்ந்தான்.

சென்றுவிட்ட அவன் மனைவி ஒரு நாவிதனைக் கட்டிக்கொண்டு போக்கிடம் இல்லாமல் இரண்டு பெண் குழந்தைகளோடு ஊர் வந்து சேர்ந்து அவன் மனையிலேயே குடிசைக் கட்டிக்கொண்டு வாழ்ந்தாள். குளக்கரையில் தலை பரப்பி நிற்கும் தூங்குமூஞ்சி மர நிழலில் மணைக்கட்டைப் போட்டு மறைவுகள் எதுவுமின்றி நாவிதத் தொழில் செய்தான் நாவிதன். மீசை வைத்துக்கொள்ளாத அந்நாவித னின் அழகுச் சாயலுடன் இருந்தன இரண்டு பெண் பிள்ளைகளும். பிள்ளைகளை உள்ளூர் பள்ளிக்கூடத்தில் சேர்த்துவிட்டான். பிள்ளை கள் ரெண்டும் சோற்றுத் தட்டையும் சிலேட்டுப் புத்தகங்களையும் பையில் போட்டுக்கொண்டு பள்ளிக்கூடம் போய் வந்தன. தாய் பேச்சைக் கேட்காது ரெண்டு பிள்ளைகளுக்கும் பாப் கட்டிங்

வெட்டிவிட்டான் நாவிதன். மூத்தவளுக்கு கணீரென்ற குரல். தகப்பன் சொல்லாமலேயே முகப்பூச்சுப் பவுடரில் விபூதியிட்டுக்கொள்ளும் அவள் செம்பட்டை தலையுமாய் பாப் கட்டிங்குமாய் பள்ளிக் கூட பிரேயரில் தினமும் நீராரும் கடலுடுத்த பாடிக்கொண்டிருந்தாள். நாவிதன் தினமும் பல் துலக்கும் நேரத்தில் பள்ளிக்கூடத்தில் பிரேயர் ஆரம்பித்தார்கள். வீடு வந்தால் பாடாத பிள்ளைக் குரலில் வழியும் கடவுள் வாழ்த்தைக் கேட்க ஆலங்குச்சியை வாயில் குடைந்த படி பள்ளிக்கூட மொட்டைச் சுற்றுச் சுவர்களில் உட்கார்ந்தும் நின்றும் கிடந்தான்.

ஊரின் பேருந்து நிறுத்தமான ஆலமரம் ஸ்டாப்பிங்கின் நிழலில் இருந்தபடி ஊருக்குள் வரும் விருந்தாளிகளையும் கடை வியாபாரிகள் மற்றும் சீசன் வியாபாரிகளையும் ஊரின் தலைப்பிள்ளையாய் வரவேற்றுக்கொண்டிருந்ததில் இவனின் பாதி பொழுதுகள் கழிந்து கொண்டிருந்தன. புழுதியில் உருண்டோடிவரும் டவுன் பஸ்களைப் பார்த்தபடி நேரம் தவறி வரும் பேருந்துகளின் டிரைவர்களிடம் தாமதத்திற்கான காரணத்தினைக் கேட்டுக்கொண்டிருந்தான். அவர்களும் அவன் சலாமை ஏற்றுக்கொண்டு ஒவ்வொரு டிரைவர்களும் ஒவ்வொரு காரணத்தைக் கூறிக் கொண்டிருந்தார்கள் அவனுக்கு. பிறகு அவனைப் பார்க்கும்போதெல்லாம் அவர்களுக்கு தமாஷ் தொற்றிக்கொண்டு பொய்ச்சிரிப்பும் பொய்யான சாக்குப் போக்கும் உருவாயின. எல்லோரையும் ஏற்றிச்செல்லும் பேருந்தின் டிரைவர்கள் அவனுக்கு நெருக்கம் என்பதை அனைவருக்கும் தெரிவிக்கும்படி நடந்து கொண்டான்.

ஊருக்குச் செல்லக் காத்திருக்கும் பயணிகளிடம் பேருந்துகளின் மணிக்கணக்கைச் சொல்லி தாமதமாகும்போது இதுவரை டிரைவர் கள் சொன்ன ஒரு சாக்கை நினைவிலிருந்து எடுத்துச் சொன்னான். பயணிகள் விளையாட்டுக்காகவாவது பேருந்துகளின் தாமதத்திற்குக் காரணம் கேட்டுக்கொண்டிருந்தார்கள். தீர்ந்துபோன காரணத்தினைக் கூறாமல் புதிய செய்திகளை உற்பத்தி செய்து சொன்னான். மூலை வீட்டுப் பெரிய கிழவி அவளது பேரப்பிள்ளைக்கு வந்த காய்ச்சலுக்கு ஆஸ்பத்திரி செல்லக் காத்துக்கொண்டிருந்தபோது பத்தொம்பதாம் நம்பர் பஸ் பஞ்சர் என்றான். "அட போடா போக்கத்தப் பயல... புள்ளைய ஆஸ்பத்திரிக்குக் கூட்டிட்டுப்போவணும்..." என்றாள். பஸ் நிறுத்தத்திலிருந்தவர்கள் "இவனுக்கு இதே வேலை..." என்று எரிச்சலுற்றுத் திட்டினார்கள். திட்டப்பட்ட ஆத்திரத்தில், "அந்த பஸ் வராது..." என்றான். அவர்கள் மீண்டும் கத்தி திட்டிக்கொண் டிருந்தபோது அவன் குறிப்பிட்ட பேருந்து வந்துகொண்டிருப்பதைப் பார்த்து சிரிக்கத் தொடங்கினார்கள். அவனுக்கும் சிரிப்பு வந்து சிரித்துக்கொண்டிருந்தான். வந்த டிரைவருக்கு சலாம் வைத்தான். அவர் கதவில் கையை ஊன்றி என்ன விசேஷம் என்பதாய் தலை யாட்டியபோது, பஞ்சரை எப்போது சரி செய்தீர்கள் என்றான். டிரைவர் திகைத்துப்போனார். பஞ்சர் ஆகவில்லையே என்றார்.

கேள்விப்பட்டேன் என்றான். அவனை அலட்சியமாகக் கையை நீட்டிக் கிண்டலடிக்கும் தொனியுடன் கை நீட்டிக் காட்டிவிட்டு சிரித்தபடி சென்றார். கூடியிருந்த கிழவர்கள் சிலர் அவனை அபசகுனம் பிடித்தவன் என்று உண்மையாகக் கரித்துக்கொட்டினார்கள். அவர்களிடம் நான் தான் ஏன் பஞ்சராகிவிட்டதென்று கேட்டேனே. நீ பார்க்கவில்லையா என்று கேட்டு திருப்பி சண்டை பிடித்துக் கொண்டிருந்தான். அந்த சண்டை ஒரு பெரிய கூச்சலாக அவ்விடத்தைக் கவ்விக்கொள்ளுமென்று யாரும் எதிர்பார்க்கவில்லை. டீக்கடை கிழவரிடம் ஓடி ஓடிக் கத்திக்கொண்டிருந்தான். அவரைப் போலீஸில் பிடித்துக் கொடுக்கப்போவதாக மிரட்டினான். என்னை என்ன சொல்லி போலீஸில் பிடித்துக்கொடுக்க முடியும். காரணமே இல்லாமல் போலீஸைக் கூப்பிட்டால் உன்னைத்தான் பிடித்துக் கொண்டு போவார்கள் என்று அவனை ஏளனம் செய்தார். கவர்மெண்ட்டுக்குச் சொந்தமான நிலத்தில் டீக்கடை போட்டிருக்கிறாய் என்று கேஸ் கொடுப்பேன் என்றபோது சிலர் அவனது மதிக்கூர்மையை வியந்தார்கள். ஒருவர் கிண்டலுக்காக "பிடிச்சாம் பார் பாயிண்ட்" என்று சொல்லி "விடாதடா கடைக்காரரை . . ." என்று ஊக்கப்படுத்தினார். அதுதான் சாக்கென்று அவன் அந்தக் காரணத்தினையே பற்றிக்கொண்டு கத்தினான். கடைக்காரர் கடையை விட்டுத் தாவி வெளியில் குதித்து "வாடா இன்னைக்கு ஸ்டேஷனுக்கு போய்ப் பார்த்திருவோம் . . ." என்று கத்த ஆரம்பித்தார். கிழவரை சிலர் சமாதானப்படுத்தினார்கள். "பொய் புளுவிப் பய . . . அவனுக்குச் சமமா பேசிகிட்டு . . . வேல வெட்டியப்பாரு . . ." என்றார் ஒருவர். யார் பொய் புளுவி என்று சொன்னவரிடம் எகிறிக் கத்தினான். தன்னைப் பார்க்க இன்று வரும் டி. எஸ். பி. யிடம் அவரைப் பிடித்துக் கொடுத்துவிடப் போவதாகச் சொன்னான். "நீ ஒரு நல்ல ஆம்பளையா இருந்தா செய்டா பார்ப்போம்" என்றார் அவர். கருவிக்கொண்டும் கத்திக்கொண்டும் நின்றிருந்துவிட்டு அடுத்து வந்த பேருந்தில் ஆவேசமாக ஏறினான். கூடியிருந்தவர்கள் அவனது செயலில் வியந்துபோக, பேருந்து அவனை ஏற்றிக்கொண்டு சென்று சிறிது தூரத்தில் இறக்கி விட்டுச் சென்றது. கண்டக்டரைக் கீழிறங்கி நின்று கையை நீட்டி நீட்டித் திட்டிக்கொண்டிருந்தான். பேருந்து அவனைப் பொருட்படுத்தாது சென்றதைப் பொறுக்க முடியாமல் உதைக்க ஓடுவதுபோல் பாவ்லா காட்டி திரும்பி எந்த முகத்துடன் மரத்தடிக்கு வருவது என்று தெரியாமல் பேருந்து சென்ற திசையிலேயே நடக்கத் தொடங்கினான். அக்காட்சியைப் பார்த்து சிரித்துக்கொண்டவர்களில் அவனை ஊக்குவித்த கிழவர் குறும்புடன் அவனைச் சத்தமிட்டு பெயர் சொல்லி மரத்தடிக்கு வருமாறு கூப்பிட்டார். அவன் திரும்பிப் பார்க்காமல் சென்றுகொண்டிருந்தான்.

பள்ளிக்கூடத்தில் சோறு சமைக்கும் ஆயாவுக்கு சமையலுக்கு முள் விறகு வெட்டிக்கொடுத்தும் பாத்திரங்கள் தூக்கிக் கொடுத்தும் வண்டல் சோற்றுக்காகப் பள்ளிக்கூடத்து பூவரச மரத்தடி நிழலில் உட்கார்ந்து காத்துக்கிடந்தபோது பள்ளிக்கூடப் பிள்ளைகள் விதூஷ

கனைக் கண்டதுபோல் அவனைச் சுற்றி வேடிக்கை பார்ப்பதும் சீண்டுவதுமாய் இருந்த கூட்டத்தில் நாவிதனின் குழந்தைகளும் இருந்தன.

பள்ளிக்கூட சமையல்கார ஆயா அவனிடம் "ஏண்டா ஒம் பொண்டாட்டிய அந்த முடிவெட்ற பய வெச்சிருக்கானே என்ன ஏதுன்னு கேக்கறதுதானே" என்றாள்.

"எங்கூட இருந்தா அவளுக்கும் இந்த வியாதி புடிச்சிக்கும்கிறா."

"ராத்திரில சோறு வாங்கறப்ப ஏதாவது சொல்றாளா பாதகத்தி?"

"ம்ஹூம்."

"அந்தப் பய ஏதாவது பேசுவானா?"

"நான் எதுக்குப்பேசணும்?"

"அடக் கேள்விய புரிஞ்சுக்கடா . . . எதிர்கேள்வி கேட்டுக்கிட்டு."

"எதுவும் பேசமாட்டான்."

"ஒடம்புக்கு முடியல. ஒரு வென்னி தண்ணிய வச்சிக்குடுன்னு கேட்டா கூடவா செஞ்சி தரமாட்டா?"

"சில்ற காசெல்லாம் தரும்."

"அந்தக் காசெல்லாம் என்ன செய்யற?"

"குளிக்கிறதுக்கு சோப்பு, துணி தொவைக்கறதுக்கு சோப்பு வாங்க வச்சிக்குவேன்."

"சோப்பு போட்டா குளிக்கிற?"

"ஆமா."

"எல்லார் கிட்டயும் புளுவுறமாதிரி எங்கிட்டயும் புளுவாத."

"நெசமாதாங். ஒனக்கு சந்தேகமா இருந்தா நான் குளிக்கும்போது பாரு" என்றவுடன் கூடியிருந்த எல்லா டீச்சர்களும் சிரிக்க அவனும் சிரித்தான்.

தினமும் கருவேலமரக் காடுகளுக்குச் சென்று யாரோ வெட்டிப் போட்ட காய்ந்த முட்களை அடுக்கி வெயிலில் வீழ்ந்த நிழலோடு புழுதி அலைய இழுத்துக்கொண்டு வந்தான். முள்வெட்டிப் போட்டிருந்தவர்கள் வாத்தியாரிடம் அவனது செயலைக் கூறி சண்டை பிடித்தார்கள். இரண்டொரு நாள் சமாதானம் செய்து பார்த்த வாத்தியார்கள் தினமும் சமாதானம் செய்ய முடியாது ஆயாவைத் திட்டினார்கள். அவள் அவனைத் துரத்தினாள். வாத்தியார்கள் அவனுக்குச் சோறு போட்டு அனுப்பச் சொன்னார்கள். விறகுப்புகை எழும்பி அலையும் குடிசையில் பாத்திரங்களோடு பாத்திரமாய் உட்கார்ந்திருந்தான் பிள்ளைகளுக்கு மதிய சோறு போட்டு முடியும் வரை.

சில மாதங்கள் யார் வாழ்க்கைக்குள்ளும் இல்லாமல் ஊரைவிட்டு அவன் தொலைந்து போனபோது அவனுடைய அதுவரைக்குமான

வாழ்நாள் சரிதை சிரிப்புக் கதைகளாக ஊரில் எப்போதாவது பேசப்பட்டுக்கொண்டிருந்தது. அச்சமயத்தில் அவன் வந்து பார்ப்பவர் யாருமின்றி தனிமையில் சுழன்றபடி ஆஸ்பத்திரியின் இலவச வார்டின் நிரந்தர நோயாளியாய் மருத்துவமனை பார்லிக் கஞ்சியும் ரொட்டியும் நோய்க்கூறு போதனைகளையும் பெற்று வசித்தபடி இருந்தான். போஸ்ட்மேன் அப்போது அவன் ஆஸ்பத்திரியில் நோய் முற்றிக் கிடப்பதாகக் கூறினார். பலருக்கும் தேவையான ஆனால் அத்தியாவசியமில்லாத சிறு கணத்தில் வருத்தப்பட்டு விட்டுவிடும் துன்பம் தராத செய்தியாக அது இருந்தது. அவ்வருட கோவில் திருவிழாவில் அவன் ஒவ்வொரு வருடமும் தூக்கிச் செல்லும் காகித மட்கில் செய்யப்பட்ட காத்தவராயன் சாமி தூக்குவார் யாருமின்றி டயர் வண்டியில் கட்டப்பட்ட மாரியம்மன் சாமியின் கீழே வைக்கப்பட்டு பட்டுப்பாவாடை விரிப்பில் முகம் ஒழிந்து ஊர் சுற்றி வந்தது. சிலர் அவனைக் கேட்கச் செய்தனர்; காத்தவராயன் சாமியைத் தூக்கிவரும் அவன் என்னவானான் என்று. முகம் காட்டாது மக்களின் இழுவையில் தள்ளாடிச் சென்ற காத்தவராயன் சிலை அவன் ஆஸ்பத்திரியில் மாத்திரைகளோடும் மருந்து வாடைகளோடும் கலந்துவிட்டதை செய்தி தெரிந்த சிலரின் மூலம் சொல்ல வைத்தது.

ஆஸ்பத்திரியிலிருந்து மீண்டும் ஊர் முகங்களைத் தேடிக்கொண்டு வந்தபோதும் அப்படியேதான் இருந்தான். ஊர் மக்கள் அவன் பிரிந்திருந்த காலத்து நிகழ்வுகளைக் கேட்டு அவன் கோர்த்துச் சொல்லும் புதிய செய்திகளைக் கேட்டு சிரித்துக்கொண்டிருந்தார்கள். அவன் அலுக்காமல் உறக்கம் கெட்ட மனிதர்களுடன் கண் விழித்துப் பேசிக்கொண்டிருந்தான். தங்கியிருந்த சில மாதங்கள் ஆஸ்பத்திரியின் செல்லப்பிள்ளையாக இருந்ததாகவும் மருத்துவர்கள் அவனிடம் நட்பாக நடந்துக் கொண்டதாகவும் கூறினான். பாராவுக்கு வரும் போலீஸ்காரர்களும் இரவுப்பணி பார்க்கும் மருத்துவர்களும் நர்சுகளும் ஒரே தட்டில் உட்கார்ந்து சாப்பிட்டதாகவும் ஒரே படுக்கையில் படுத்திருந்ததாகவும் கூறினான். ஊரின் சில பெண்களின் தாய்மை நிழல் அவனுக்குச் சார்பாகப் பேசிக்கொண்டிருந்ததில் உள்ளூர சந்தோஷித்துப் பேசுவோரிடமெல்லாம் அருகிலுள்ள சிறு நகரத்தில் தங்கிவிட்டுவந்த செய்தியை வேற்று கிரகத்து செய்தியைப்போல் விஸ்தாரப்படுத்திக் கூறிக்கொண்டிருந்தான்.

அப்போது மணியக்காரர் வீடு அவனுக்குக் கொஞ்சம் சௌகர்யமாக இருந்தது. சோற்றைத் தின்றுவிட்டு மணியக்காரர் வீட்டு வராண்டா முடிந்த மண் சரிவில் படுத்துக் கிடக்கும் அவனிடம் மணியக்காரர் ஒவ்வொரு இரவிலும் தூக்கம் வரும்வரை அவன் பேச்சைக் கிளறி இழுத்துக் கொண்டிருந்தார்.

“புலவரே பாட்டு ஒண்ணு பாடேன்யா” என்றார்.

அவர் அவனைப் புலவரே எனக் கூப்பிடுவது அவனுக்குப் ‘புலவேரே’ என்றும் மற்றவர்களுக்கு ‘புளுவரே’ என்றும் உச்சரிப்பைக்

குழப்பிக் கூறினார். வெடிப்பில் விழுந்துவிட்ட தானியத்தைத் தேடுவதுபோல் அவன் குரலைத் தேட வேண்டிவரும். குரலுடன் அதல வீழ்ச்சியும் உச்சப்பட்ச உச்சஸ்தாயியும் நொடிகளில் மாறிமாறி விழும் எல்லாப் பாடல்களிலும். வாசலில் அமர்ந்து இளைப்பாறுபவர்களும் குழந்தைகளுக்குச் சோறூட்டுபவர்களும் அவர்களது உரையாடலில் காதைப் பொருத்திவிட்டு காரியம் பார்த்துக்கொண்டிருந்தார்கள். அவன் சந்திரமதியைப் பிரிந்த அரிச்சந்திரன் பாடலை எடுத்துக்கொண்டு காளகண்டேயரிடம் சந்திரமதிப் புலம்பும் பாடல் பகுதியையும் உரையாடலையும் வெட்டிப் புகுத்தினான்.

"புலவரே இவ்ளோப் பிரமாதமாப் பாடறிய சினிமா டிவியில பாடறதுக்கு முயற்சி பண்ணக்கூடாதா?"

"மெட்ராஸ் ரேடியோ ஸ்டேஷன்ல பாடியிருக்கேங்க."

"புளுவுராம் பார் பொய்புளுவிப்பய" என்று இடைபுகுந்தான் பக்கத்துவீட்டு 'ஸ்ட்ராங்.'

"யோவ் ஸ்ட்ராங்கு . . . நாங்க பேசிக்கிட்டிருக்கும்போது நீ ஏன்யா குறுக்கால வறே?" என்கிறார் மணியக்காரர். "நீ சொல்லு புலவரே"

"நம்ம நாடக வாத்தியார் விழுப்பந்தொரை செல்லப்பன் இருக்காருங்களே அவரு போட்ட மெட்டுல ஒரு பாட்டுங்க. ஷோக்கான பாட்டு."

"ம்."

"அந்தப் பாட்டுத்தான் நான் பாடினது."

"ம்."

"ரேடியோ ஸ்டேஷன்ல என்னை போட்டோல்லாம் எடுத்தாங்க . . . பேப்பர் எல்லாம் கூட போட்டாங்க நீங்க பாக்கலியா?"

"இல்லையே."

'ஸ்ட்ராங்' பொறுக்க முடியாதவன்போல், "டேய் மெட்ராஸ் எந்தப்பக்கம் இருக்குன்னு தெரியுமாடா ஒனக்கு, பொய் புளுவிப்பய, ஒரு அளவில்லாம புளுவராம் பார்" என்று கத்திவிட்டு மிகவும் வருத்தப்பட்டவனைப்போல், "ஏண்டா புளுவறதுக்கு ஒரு அளவு வாணாமாடா" என்றான்.

"நீ சும்மா கெடயேன். என்னுமோ நீதான் அதிசயமா கண்டுபிடிச்ச மாதிரி பேசற" என்றாள் ஸ்ட்ராங்கின் மனைவி.

"ஸ்ட்ராங்கு . . . எம்.ஜி.ஆர். மாயவரத்தில கொடி ஏத்த வந்தப்ப நானூறு பேருக்கும் மேல லாரியில ஏத்திக்கிட்டுப் போயி தலைவரு கிட்ட காமிச்சி போட்டோ புடிச்சிட்டு வந்திருக்கேன்" என்று ஏளன தொனியில் பேசினான் அவன். "சும்மா வெவரமில்லாம பேசாத ஆமா."

எல்லா வீடுகளும் சிரித்தது. அவன் ஒரு வீரன் போல் உட்கார்ந்திருந்தான். மேலும், சென்ற வருடம் முப்பது ஊர்களில் கொடி

யேற்றிப் பேசிவிட்டு வந்த முதல்வருடன் தான் இருந்து கொடி யேற்றிவிட்டு வந்ததாகவும், போலீஸ்காரர்கள் தனக்குப் பாதுகாப்பும் சல்யூட்டும் வைத்ததாகவும், வெளியுலகம் தெரியாத உங்களுக்கு இதெல்லாம் புரியாதென்றும் சொன்னான்.

தெரு தன் சிரிப்பையும் கேலியையும் நிறுத்திக்கொள்ளக் கொஞ்சம் நேரமானது. எல்லோரும் உரையாடலை முடித்துக்கொண்டு உறங்கிய பின்னர் தூக்கம் வராமல் பாடல்கள் பாடி வாய் ஓய்ந்து இரவுக்குள் அமிழ்ந்து போனான்.

அவன் தலையில் மயிர்கள் உதிரத் தொடங்கியபோது குடலும் சுருங்கிவிட்டதன் அடையாளமாய் அவனது உணவுப் பாத்திரங்களும் சுருங்கிவிட்டிருந்தது. ஊரார் அவன் உறுப்புகள் எதுவும் தொடாத தொழிலாய் கைத்தடி கொடுத்து ஊர் மாடுகளை மேய்க்கச் சொன்னார்கள். பிறகு அக்கைத்தடி அவனது நிரந்தர அடையாளமாகிப் போனது.

நன்றாக வெயில் பிறந்துவிட்டபின் மாடுகளை அவிழ்த்துவிடச் சொல்லிக் கூவும் காலை நேரத்திலும், மேய்ந்து வந்த பின் மாடுகளைப் பிடித்துக் கட்டிக் கொள்ளச் சொல்லிக் கூவும் மாலை நேரத்திலும் தினம் தினம் அவன் குரலை கிராமம் கேட்டுக்கொண்டிருந்தது. ஒவ்வொரு சந்திலிருந்தும் திருப்பத்திலிருந்தும் கொட்டகையிலிருந்து அவிழ்த்துவிடப்பட்ட மாடுகள் கூட்டத்தோடு இணைந்து கொண்டு முன் நடந்தன. கைத்தடியும் கரும்பழுப்பு போர்வையுமாக மாடுகளுக்குப் பின்னே கெந்திக்கெந்தி நடந்துகொண்டு மாடுகளின் உணர்ச்சி மொழிகளுக்கேற்ப தன் மொழியை மாற்றிக்கொண்டபடி கத்தியும் இதமாகச் சொல்லியும் மாடுகளை வழிநடத்திப் பேசிக் கொண்டு சென்றான். அவன் குரலின் ஏற்ற இறக்கங்களில் தங்களது நடத்தைகளை ஒழுங்குபடுத்தியபடி செல்லும் மாடுகள் அவன் குரல் ஒலிக்காத நேரத்தில் தெருவில் காயும் தானியங்களிலும் செல்லும் வழியில் உள்ள விளைச்சல்களிலும் புகமுனையுமுன் அவனை ஒரு முறை பார்த்துக்கொண்டன. விளைச்சல் காலங்களில் மாடுகளின் போக்கினை நேர்க்கோட்டில் இணைக்க முடியாமல் மிகுந்த சிரமம் கொண்ட பிறகு வற்றிய ஏரிகள் வழியாயும் தொழிலற்ற சமவெளிகள் வழியாயும் மாடுகளுக்குப் புது வழிக் கண்டுபிடித்து அழைத்துச் சென்றான். மாடுகளைக் கொண்டுவிட்டுவிட்டு மாடுகளின் கழுத்தில் கட்டப்பட்ட மணியோசைகளைக் கேட்டபடியும் மேயும் மாடுகளையும் தொடுவானத்தையும் வெறித்தபடியும் மர நிழலில் ஒதுங்கிக் கொண்டான்.

வெயில் காலங்களில் உஷ்ணம் தங்கிவிட்ட ஆற்றுப்படுகைகளிலும் ஏரியின் மேட்டுப்பகுதியில் உதிர்ந்து கிடக்கும் நெருஞ்சி முட்களிலும் திசைமாறிச் செல்லும் மாடுகள் அவனுக்குப் புதிய வழியைப் பழகிக் கொடுத்தன. அதிகமும் அவனை அலைச்சலுக்குள்ளாக்கும் மாடுகளை அடிக்காமல் நேருக்கு நேராய் திட்டிக் கொண்டிருந்தான். அவனது வசைகளைக் கேட்டபடி மற்ற மாடுகளும் அவனைப்

பார்த்துக்கொண்டிருந்தன. ஒவ்வொரு சாயங்காலத்திலிருந்தும் இரவு எல்லோர் வீட்டின் வாசலிலிருந்தும் சோறு வாங்கி மீளும் வரையிலான நேரம்வரை மாடுகளின் உரிமையாளர்களிடம் மாடுகளைப் பற்றிய பிராதுகளையும் நற்சேதிகளையும் கூறிக்கொண்டு வந்தான்.

சினை ஊசி போட ஈத்தடித்த மாட்டினை ஓட்டிக் கொண்டு பேரூர் கால்நடை மருத்துவமனைக்கு ராம நாடகப்பாடல் பாடியபடி சென்றபோது ஹாரன் ஒலித்து சலித்த டவுன் பஸ் அவனுக்கு வழிவிட்டு ஒதுங்கிச் சென்றது. சினை ஊசி போட வந்த டாக்டரிடம் தான் காலையிலேயே வந்து விட்டதாகவும் வெகுநேரம் காத்திருந்ததாகவும் கூறி அவரின் தாமதத்திற்கு காரணம் கேட்டான். நீ காத்திருக்கிறாய் என்பதற்காக நான் முன்பே வர முடியுமா என்று ஏளனம் செய்துவிட்டு மாட்டுக்கு ஊசி போடத் தொடங்கினார். கவர்மெண்டில் உங்களுக்கு சம்பளம் கொடுக்கவில்லையா என்று கேட்டான். ஒழுங்காக மாட்டை ஓட்டிக்கொண்டு ஊர் போய் சேரும்படி மிரட்டலாகக் கூறினார் அவர். சினை ஊசி போடும் வரை காத்திருந்தவன் போட்டு முடித்தவுடன் சினை ஊசி நீ இஷ்டப்படும் நேரத்தில் போட்டால் சினைப்பதம் கெட்டுவிடும் என்று உங்களுக்குத் தெரியுமா என்றும், மாட்டுக்கு ஊசி போட்டதும் ஒன்றும் சொல்லாமல் ஓட்டிக்கொண்டு போகச் சொல்கிறாயே அது மத்தியானம் வரை கீழே படுக்காமலும் தண்ணீர் குடிக்காமலும் பார்த்துக்கொள்ள வேண்டுமென்று உனக்குத் தெரியுமா என்றும் கேட்டு தன் அறிவில் அவர் தெரிந்து கொள்ளவென்று கூறி வைத்தான். அவருக்கு அதுமிக எரிச்சலைத் தந்தது. அவனை நாகரீகமாக விரட்ட முற்பட்டார். அவன் மாட்டினை சினை ஊசி போடும் கூண்டிலேயே கீழே படுக்காதவாறு கயிற்றினைச் சுருக்கிக் கட்டிவிட்டு அவரிடம் பதிலுக்கு பதில் பேச ஆரம்பித்தான். வழிப்போக்கர்கள் சிலர் நின்று வேடிக்கை பார்த்துவிட்டு சென்றது அவருக்கு மேலும் எரிச்சலைத் தந்தது. அவரை ஒரு மிரட்டு மிரட்டி வைத்தால்தான் சரிப்படுவார் என்று யோசித்து மருத்துவமனை வளாகத்தை விட்டு வெளியேறி அவர் குற்றத்தை ஒப்புக்கொள்ளாமல் அராஜகம் செய்வதாகப் புலம்பிக்கொண்டு வழியில் இருந்த மளிகைக்கடையில் ஒரு முழு வெள்ளைக் காகிதத்தை அழுக்குப் படாதவாறு சுருட்டி வாங்கிக் கொண்டு வந்து காகிதத்தை அவரிடம் இன்னும் எழுதப்படவில்லை என்பதாகப் பிரித்துக்காட்டி ஊருக்குச் சென்றவுடன் முதல் வேலையாய் அந்தக் காகிதத்தில் அவர் மேல் புகார் எழுதி மந்திரியிடம் கொடுக்கப்போவதாகச் சொன்னான். அவனையும் அவனது நடத்தையையும் பார்த்த அவருக்குச் சிரிப்பு வந்தது. நீ எழுதிக்கொடு. இப்போது மாட்டினை ஓட்டிக்கொண்டு போ எனக் கெஞ்சாத குறையாக கூறினார். அவன் ஒரே விஷயத்தைப் பிடித்துக்கொண்டு கத்துவது அலுப்பைத் தந்து உள்ளே சென்று கதவை சாத்திக் கொண்டார். மூடிக் கொண்ட கதவைப் பார்த்துக் கத்திக் கொண்டிருந்தவன் இனி அவர் கதவைத்திறந்து வெளிவரப் போவதில்லை என்று உணர்ந்த நேரத்தில் மாட்டினை அவிழ்த்துக்

கொண்டு கிளம்பிப்போனான். வழியில் தந்திக் கம்பத்தில் மாட்டைக் கட்டி விட்டு மளிகைக் கடைக்காரனிடம் சென்று காகிதத்தை கொடுத்து காசைத் திருப்பிக் கேட்டான். கடைக்காரன் மட்டரகமாக ஒரு பார்வை பார்த்துவிட்டு காகிதத்தை வாங்கிக்கொண்டு காசைத் திருப்பிக் கொடுத்தான். காசை காதின் வளைவுகளுக்குள் செருகி இடுக்கிக்கொண்டபடி காகிதம் வாங்கிய காரணத்தினையும் அது தற்போது தேவையற்றுப் போனதையும் கூறிவிட்டு நடக்க ஆரம்பித் தான். மறுநாள் அவ்வழியே சைக்கிளில் சென்ற டாக்டருக்கு ரோட்டில் நின்றபடி சலாம் வைத்தான். அவரும் அவனுக்குத் திரும்பி வணக்கம் வைத்துவிட்டு சென்றதைப் பலரும் பார்த்தார்கள். அவர் சரியான நேரத்திற்கு ஆஸ்பத்திரிக்குச் செல்லாமல் 'டிமிக்கி' கொடுத்துக்கொண்டிருந்ததாகவும் நேற்று புகார் எழுதிப் போட்டு விட்டதாக மிரட்டியவுடன் சரியான நேரத்திற்கு ஆஸ்பத்திரிக்குச் செல்வதாகவும் மேலும் அவர் நேற்றிலிருந்து தனக்கு நண்பராகி விட்டதாகவும் கூறினான். கூடியிருந்தவர்கள் வேறு கதை பேசத் தெடங்கியிருந்தார்கள்.

வீடு வீடாய் ஏறி சோறெடுக்கும் அவன் அவனுடைய மனைவியிட மும் சோறு வாங்கி வந்து அம்மன் கோவில் முகப்பிலிருக்கும் குழாயடியில் சாப்பிட்டுக்கொண்டிருந்தான். அவன் மனைவி வயல் வேலைகளுக்குச் சென்று வரும்போது காலியான சோற்று வாளியில் வயல் நண்டுகளைப் பிடித்துவந்து குழம்பு வைக்கும் நாட்களில் அவனுக்காகப் பிரத்யேகமாக நான்கைந்து நண்டுகளைக் குழம்பில் போட்டுக் கொடுத்தாள். பல நேரங்களில் சில்லரைப் பணம் கொடுத்தாள். அவனும் அவளின் ரகசியக் கருணையை உணர்ந்த வனாய் உதவி பெற்ற இரவின் மறுநாள் பகலில் பேச்சுக் கொடுப்ப வரின் உரையாடலுக்குள் நுழைத்து சொல்லிக் கொண்டிருந்தான்.

மாடுகளுக்கும் அவனுக்கும் ஓர் அதிசய பிணைப்பு ஏற்பட்டது போல நாய்களிடமும் உறவு நீண்டதில் ஒரு பழுப்பு நிற நாய் அதிகமும் அவனிடம் நெருக்கமாக உறவு கொண்டிருந்தது. பகல் முழுக்க ஊர் நாய்களோடு சுற்றிக் கொண்டும் விளையாடிக்கொண் டும் இருந்துவிட்டு இரவுகளை அவனோடு இணைத்துக்கொள்ளத் தொடங்கியது.

வைக்கோல் போர்களிலும் கரும்புச் சருகு போர்களிலும் குட்டி போடும் நாய்கள் நாய்க்குட்டி வளர்க்க விரும்பும் குழந்தைகளும் பெரியவர்களும் குட்டிகளைத் தூக்க வரும்போது சீறிக் குரைத்து பயமுறுத்துவதில் பயந்திருக்க, அவன் மட்டும் சென்று நாய்க்குட்டி களைத் தூக்கி வந்து யாருமற்ற அம்மன் கோவிலில் ஊர்ச் சோறு போட்டு வளர்த்துக் கொண்டிருந்தான். நாய்க் குட்டிகள் விதவிதமான வண்ணங்களில் வளர்ந்து கொண்டிருந்தன. தாய் நாய்கள் அவன் குட்டிகளைத் தூக்கிச் செல்லும்போது அவனிடம் குழறிக்குழறிப் பேசின. அவன் சத்தம் போட்டு பதில் பேசினான். நாய்கள் குட்டி போடாத காலங்களில்கூட குழந்தைகளும் பெரியவர்களும்

அவனிடம் நாய்க்குட்டி கேட்டார்கள். அவன் அவனது மகளிடம் கேட்டது போலவே பத்து ரூபாய் பணம் கேட்டான்.

இரவுகளில் கூட்டமாக ஊளையிட்டும், ஒன்றுபட்டு குரைத்தும் கத்தும் நாய்களின் சப்தங்களைக் கேட்டு சலித்த ஊரார் இத்தனை நாய்கள் பெருகிவிட்டதற்கு அவன்தான் காரணமென்றார்கள். நாய்களும் அதை உறுதி செய்வதாய் அவன் நடந்து செல்லும்போது படை வீரர்கள் போல் கூட்டமாக பின் சென்று விளையாடுவதும் அவன் குரலுக்குக் கட்டுப்படுவதுமாக இருந்தன.

குட்டிகளை ஈனும் தாய் நாய் தன் அகோரப் பசியில் குட்டியைத் தின்றுவிடும்போது தாய் நாயைத் திட்டிவிட்டு ஊர் சனங்களிடம் வேளைகெட்ட நேரத்தில் தாய் நாய்க்காக சோறு கேட்டான்.

இருளிலும் நிலவொளியிலும் பாழடைந்தபின் வந்த கோவிலின் தனிமையிலும் தினமும் அவன் சாப்பிட்டுக்கொண்டிருந்ததை ஒரு பக்க முலையும் மூக்கும் உடைந்த அம்மன் சிலை பார்த்துக் கொண்டிருந்தது. அம்மன் கோவில் முகப்பில் உறங்கும்போது அவனுக்குக் கெட்ட சொப்பனங்கள் வருவதாக கூறி இளைஞர்கள் சீட்டாடும் சங்கத்துக் கொட்டகை வாசலில் துயிலத் தொடங்கினான். கார்த்திகை மார்கழி மாதங்களில் அறையும் குளிரில் உள்சென்று படுக்க முடியாமல் அவனது போர்வை நடுங்கிக் கொண்டிருந்தது. சீட்டாடும் இளைஞர்களின் சிரிப்பும் பாட்டும் சப்தமும் அவன் உறக்கத்தினுள் சென்று கொண்டிருந்தது. அங்கும் கெட்ட சொப்பனங்கள் வருவதாகப் புலம்பிக்கொண்டும் இரவில் எழும் ஒவ்வொரு சப்தங்களுக்கும் காரணம் யூகித்துக்கொண்டும் மூடிய இமைக்குள் விழித்துக் கொண்டிருந்தான். ஊர் விழித்தபின் உறங்கத் தொடங்கும் அவன் நன்றாக வெயில் பிறந்த பின் எழுந்து இறந்தவர்கள் வீடுகளின் புறத்திலும் தெருவிலும் அலைந்துகொண்டிருப்பதாகக் கூறினான். தெருவில் பலரும் அச்செய்தியை அவனுடைய முழு நீளப் பொய்யின் நீட்சியாக எடுத்துக் கொண்டார்கள்.

ஊரில் நாய்களின் கூட்டம் பெருகிவிட்டபோது நாய்களின் எல்லையற்ற திருட்டுத்தனங்களும் பெருகிவிட்டதில் எரிச்சல் கொண்டு கத்தியது கிராமம். நாய்களின் திருட்டையெல்லாம் அவன் திருடியதான பாவனையில் அவனிடம் கோபச் சத்தத்துடன் பேசிக்கொண்டிருந்தார்கள். தண்டனை பெறும் பாவத்தில் அவன் கேட்டுக்கொண்டிருந்தான். சில நாய்களை ஊரார் முன்னிலையில் தடியால் அடித்து திட்டவும் செய்தான். முக்கியமாக நிறைய பேர் கவிச்சிக் குழம்பு சட்டிகள் உடைந்து விட்டதாகச் சொன்னார்கள்.

மீசை அரும்பாத சிறு வாலிபக் கூட்டம் நாய்களைத் திட்டம் போட்டு மூர்க்கமாக விரட்டி விரட்டி அடித்துக்கொண்டிருந்தது. ஒவ்வொரு நாய் உதைபட்டு ஓடும்போதும் ஒவ்வொரு வீட்டு பண்டக் கதைகளாய் வந்து கொண்டிருந்தன. ஒரு நாய் கழுத்தில் மாட்டப்பட்ட கலவடையோடு பீதி நிறைந்து ஓடிக்கொண்டிருந்தது.

வழக்கமாக சோறிடும் சில வீடுகளில் பகல் முழுவதும் பதுங்கி வாழ்ந்து உணவு உண்ணும் நேரத்தில் நாக்கை சுழற்றிக்கொண்டு நயந்து வந்து முகத்தைக் காட்டின சில நாய்கள். வந்து நின்ற நாய்களுக்கு சோறிட்டு, மறைத்து வைத்த கழியால் அடித்தார்கள். அடையாளமற்று செய்யப்படும் பண்டத் திருட்டுக்களால் திருட்டு செய்யாத நாய்களும் யூகிக்க முடியாமல் விழும் அடியில் மலங்க மலங்க விழித்தபடி ஊரின் எல்லையை விட்டு ஓடி மறைந்து கொண்டிருந்தன. நாய்களுக்காகப் பரிந்து பேசி அவனும் வசை வாங்கிக் கட்டிக்கொண்டான் சில வயசாளிகளைப்போல். நாய்களை அடித்துத் துரத்தி மகிழ்ந்த சிறு வாலிபக்கூட்டம் விஷமம் ஊறி விளையாட்டு என்ற பெயரில் அவனது சோற்றுப் பாத்திரத்தில் சிறு சிறு கற்களைத் தூக்கிப் போட்டார்கள். இரண்டு மூன்று முறை அவர்களின் விஷமத்தனத்தை அக்கம் பக்கத்திலுள்ளவர் களிடம் கூறி நியாயம் கேட்டான். அவர்கள் சிறு வாலிபர்களை விளையாட்டுக்குத் திட்டினார்கள். அவர்களை சரியாக கண்டிக்க வில்லை என்ற எண்ணம் ஊறியது அவனுக்குள். மீண்டும் மீண்டும் அவன்மீது கற்களை வீசி அவன் வாயை கிளறிப்பார்த்தார்கள். சட்டென்று அவன் அப்படி அழுவான் என்று யாரும் எதிர்பார்க்க வில்லை. அவன் அழுகை அங்கிருந்த சிலரை கலைத்துப் போட்டது. அவர்கள் அவனது சூழலைச் சொல்லி அவனுக்காக நியாயம் கேட்டார்கள். அவன் சோற்றுப் பாத்திரத்தைத் தூக்கிக் கொண்டு அவர்களைத் துச்சமாகத் திட்டியபடி அழுதுகொண்டு கிளம்பினான். அவனை ஆறுதல் பேச்சைக் கொடுத்து இழுத்துப்பார்த்தார்கள். காலியான சோற்றுப் பாத்திரத்துடன் நினைவுகளைக் குழறியபடி பேசிக்கொண்டு யார் பேச்சுக்கும் நிற்காமல் சங்கத்துக் கொட்ட கைக்குச் சென்று படுத்துக் கொண்டான்.

நள்ளிரவுக்கு மேல் போஸ்ட்மேன் அவனை அழைத்துச் சென்று சோறு கொடுத்தார். அவன் நடந்த சம்பவங்களை கூறி சோறுண்டபடி நியாயம் கேட்டான். நாயை அடிப்பது போல் என்னையும் அடிக் கிறார்கள் என்றான். விடிந்து எல்லாவற்றையும் விசாரிப்பதாகக் கூறினார் அவர். உயிரோடு பாழடைந்த கிணற்றில் தள்ளப்பட்ட தனது பழுப்பு நிற நாயைக் காப்பாற்றித் தரவேண்டுமென்றான். அது தினமும் இரவில் இடும் ஊளைச் சப்தம் உங்களுக்குக் கேட்க வில்லையா என்றான். அவருக்கு மிகவும் சங்கடமாக இருந்தது.

வெயில் பிறந்த பின் தெருக்களில் மாடுகளை அவிழ்த்துவிடச் சொல்லிக் கூவும் அவன் குரலுக்காக கிராமம் காத்திருந்தபோது அவன் அம்மன் கோவில் வாசலுக்குச் சென்று போர்வையைப் போர்த்திக்கொண்டு படுத்துக்கொண்டான். பார்ப்போர் எல்லோரும் அவனை மாடுகளை மேய்க்கச் சொல்லி எழுப்பினார்கள். இனி மாடுகளை ஓட்டிச் செல்ல முடியாது என்றான். ஊர் மாடுகளையெல் லாம் மேய்ச்சலுக்கு ஓட்டிச் செல்லும் என்னைக் கல்லால் அடிப்பதை ஊரார் பார்த்துக்கொண்டிருக்கிறார்கள் என்று எழுப்புவோரிட

மெல்லாம் பிராது கூறி அழுதுகொண்டிருந்தான். அவர்கள் எதுவும் கூற முடியாமல் கல்லால் அடித்தவர்களைப் பொதுவாகத் திட்டி விட்டு அவனைப் பரிதாபமாகப் பார்த்ததார்கள். எல்லாம் சரியாகிவிடும்; நாளையிலிருந்து ஓட்டிச் செல்வான். இன்று ஒரு நாள் அவனுக்கு லீவு என்று பேசிக் கலைந்தார்கள். மேய்ச்சலுக்கு பழக்கப்பட்ட மாடுகள் காத்திருந்து நேரம் தாண்டியும் அவிழ்த்து விடப்படாமல் இருக்கும் காரணம் தெரியாமல் கத்தத் தொடங்கின. பக்கத்துப் பக்கத்துக் கொட்டகைளில் உள்ள மாடுகளுடன் கத்திக் கத்திப் பேசிக்கொண்டன. பிறகு கூட்டமான மாடுகளின் கத்தலைக் கேட்டார்கள் கிராமத்தார்கள். கத்தும் மாடுகளிடம் அவன் கல்லால் அடிப்பட்ட கதையைக் கூறி நாளையிலிருந்து ஓட்டிச் செல்வான் என்று சமாதானம் கூறினார்கள் வீட்டார்கள். மாடுகள் மேய்க்க முடியாது என்று மறுத்துவிட்ட அன்றிரவு அவனுக்கு வழக்கத்திற்கு அதிகமான சோறும் குழம்பும் கறித்துண்டுகளும் கிடைத்தன. அவன் சங்கத்துக் கொட்டகை வாசலிலும் கிராமத்தார்கள் கதவடைக்கப் பட்ட வீட்டின் உள்ளடுக்குகளிலும் உறங்கிக்கொண்டிருந்தபோது வீடுகளின் பின் புறங்களில் உள்ள வயல்களிலிருந்து வண்டுகள் கத்திய அறுந்து போகாத கார்வை தூக்கத்தில் மூழ்கிய தெருவில் சேதமில்லாமல் கேட்டுக்கொண்டிருந்தது. கவிழ்ந்துவிட்ட இருட்டில் மறைந்து கொண்ட வீடுகள் அவன் எழுந்து செல்வதைப் பார்த்துக் கொண்டிருந்தன. வெளியிடங்களுக்குச் சென்றிருந்த ஆட்கள் ஊரின் கடைசிப் பேருந்திலிருந்து வீட்டைத் தேடி வந்து கொண்டிருந்தார்கள். தன்னை அவர்கள் விசாரிப்பார்கள் என்று எதிர்பார்த்தான்.

ஊரின் தலைப்பைவிட்டு அவன் நடக்க ஆரம்பித்தபோது இரண்டாம் ஆட்டம் சினிமாவுக்குச் சென்று திரும்பும் இரு இளைஞர்கள் வந்த சைக்கிள் உறையில் சங்கிலி உராய்வு இரவின் அமைதியை ஒரு நேர்க்கோட்டில் கிழித்தபடி அவனைக் கடந்து சென்று கொண்டிருந்தது.

உதிர்ந்து விழும் ஒதிய மர இலைகள் ஆவலோடு அவன் மேல் படுத்துக்கிடந்தன. ஒதிய மர ஞளைவில் திணறியபடி மேலேறும் லோடு லாரிகள் அவன் மீது வெளிச்சத்தை வீசிப்பார்த்து ஓடின. புதிய எறும்புகள் விருப்பத்துடன் அவன் காயத்தில் ஊறிக் கொண்டிருந்தன. ஒதுக்கி கிடை போடக் காத்திருக்கும் செம்மறி ஆடுகள் அவனைச் சுற்றிலும் நின்று கத்திக்கொண்டிருந்தன. ஒதிய மரம் ஆட்டின் குரலில் கீழ் நோக்கி முறுக்கிக் கொண்டு இறங்குவதாகவும் அவன் அந்தரத்தில் மேலெழும்பிப் பறப்பதாகவும் நினைவும் தூக்கமும் அற்ற கனவுத்தன்மையில் குழம்பிப் புரண்டு படுத்தான்.

உலகத்தமிழ்.காம், ஜூலை 2002

மிகு மழை

மீண்டும் மழை பெய்ய ஆரம்பித்தது. எங்கும் ஒதுங்க முடியாத மரங்களற்ற சாலையில் சென்றுகொண்டிருந்தேன். தூரத்தில் ஏதேனும் ஒதுங்குமிடம் தெரிந்தாலும் நடந் தோடிப்பார்க்கலாம்; முழு மழையிலும் தொப்பலாக நனையாமல் இருக்க. ஆனால் பல சமயங்களில் மழைக்காக ஒளிந்துகொள்ள முடிகிறது. வீட்டிலிருக்கும் போது; அலுவல கத்திலிருக்கும் போது; குறைந்தபட்சம் குடை வைத்திருக்கும் போதாவது. மழையை ஒரு அபூர்வ நிகழ்வாக மதிப்பு கொள்ளும் பட்சத்தில் மழைக்காக ஒளிந்துகொள்ளும் போதெல்லாம் யாராவது நனைந்து கொண்டே செல்வதை பார்க்க முடிகிறது. யாருக்காகப் பெய்து கொண்டிருக்கிறது என்பது தெரியாதபோதுதான் அதன் புதிர்த்தன்மை அழ குடையதாகவும் வலிவுடையதாகவும் ஆகிறது. நான் முழு தாக நனைந்துவிட்டிருந்தேன். கையில் பிடித்திருந்த தோல் கைப்பையை மழைக்குப்பயந்து வயிற்றை எக்கி பனி யனுக்குள் செருகியிருந்தேன். தலைவழி கீழிறங்கும் மழையும் வெளிப்புறத்தில் அறைந்து பெய்யும் மழையும் பையை முழுதாக நனைத்து விட்டது. உள்ளே தண்ணீர் செல்லாமல் இருந்தால் சரிதான். சற்றுமுன்பு மழைக்காக ஒதுங்கியிருந்த கடையில் இவ்வூருக்குச் செல்லும் வழியையும் நான் செல் லும் முகவரியையும் விசாரித்திருந்தேன். நடக்கும் தூரம்தான் என்று ஒதுங்கியிருந்தவர்களில் ஆளாளுக்குச் சொன்னார் கள். சிலர் இவ்வூருக்குச் செல்லும் பேருந்து எண்ணைச் சொன்னார்கள். ஆனால் இப்பெருமழையில் பஸ் வருமா இல்லையா என்று சொல்லமுடியாது என்று கூற ஆமாம் போட்டு ஒன்றிருவர் சிரித்தார்கள்.

கண்ணெட்டும் தூரம் வரை மழைத்திரை விழுந்து கொண்டிருந்தது. மழையோசையும் என் செருப்பில் மழை நீருடன் பாதப்பிடிப்பு இழைந்து எழுப்பும் துல்லியமான ஓசையுமாக என் மூச்சை நான் உணர்ந்தபடி வெட வெடக்கும் உடலைக் கட்டுப்படுத்திக்கொண்டு சற்றுத் துரிதமாக நடக்கத் தொடங்கினேன். அண்ணாந்து பார்த்த போது பகலா இருளா எனத்தெரியாதபடி வானிலிருந்து

பூமி நோக்கி அகண்ட மழைவெளி விழுந்து கொண்டிருப்பதை பார்க்க முடிந்தது. சில வினாடிகள்தான். முகத்தில் விழுந்த மழையின் வேகம் ஊசிக்குத்தல்களாய் வலித்தது. ஆகாயத்தில் இடமிருந்து வலமாய் மினுங்கலும் கண் சிமிட்டலுமாய் ஓடி மறையும் மின்னல் ஒளியில் அடுக்கடுக்கான கரும்மேகங்கள் என்னைப் பார்த்துக் கொண்டிருந்தன. திசைமுழுதும் முனகிப்பார்த்து அரற்றுவதுபோல் இடி உறுமித்தணிந்தது. மெல்ல எனக்குள் இனம் தெரியாத பயம் பூதாகரமான மழையின் முதல் துளியின் கனத்தோடும் கரையும் கணத்தோடும் தோன்றி மறைந்தது. எதற்குண்டான பயம் என்று சரியாக உணரமுடியவில்லை. நடந்து வந்த பாதையைத் திரும்பிப் பார்த்தபோது எந்த உயிரின் அசைவும் இல்லாத, வந்த வழியை அடைத்துக் கொண்டு பெய்யும் மழை மட்டுமே நின்று கொண்டிருந்தது. நான் மழையைத் துளைத்தபடி மழைக்குள் சென்று கொண்டிருந்தேன். அது எனக்கு வழிவிட்டு நடந்த பாதையெல்லாம் மறைத்துக் கொண்டே வந்தது. கலெக்டர் அலுவலகம் ஒட்டிய நான்காவது தெரு தாண்டியதும் இறங்கும் மேட்டுச்சரிவு சாலைதான் நான் தேடிய முகவரிக்கு அடையாளமாய் விசாரித்ததில் கிடைத்தவை. பழங்கால கட்டிடம் என்றார்கள். மழையைத்தவிர எதுவும் தெரியவில்லை. என் வழி நீண்டபடிச் செல்ல இறுக்கிப்பிடித்த மனத்துடன் மேலும் தீவிரமாக நடந்து கொண்டிருந்தேன். சிறிது நேரத்தில் எதிரில் அந்தக் கட்டிடம் முழுதாய் நனைந்தபடி என்னை நோக்கி வந்து கொண்டிருந்தது. அனேகமாய் சிறிது நேரம் அல்லது மழை ஓயும் வரை இக்கட்டிடத்தில் நான் ஒளிந்துகொள்ள முடியும் என்று நினைத்தேன். நான் ஓய்வெடுத்துக் கொள்வது அல்லது மழையிலிருந்து ஒதுங்கிக் கொள்வது மழைக்குத் தெரியுமானால் நான் மீண்டும் தெருவில் இறங்கி நடந்து செல்லும் வரை எனக்காக பெய்யாது காத்திருக்கும்.

வேணி அக்காவை எனக்கு நினைவு தெரிந்த நாளிலிருந்தே தெரியும். அம்மாவுக்கும் அவளுக்கும் அனேகமாய் ஒத்த வயதுதான். வேண்டுமானால் ஒன்றிரண்டு வயது வித்தியாசங்கள் இருக்கலாம். எங்கள் தெருவில் எல்லோருக்கும் அவளின் வண்ணம்தான் மற்ற வண்ணங்களைப் பொருத்திப் பார்த்துப் பேசும் அலகு. அதில் வேணி அக்காவுக்கும் பெருமிதம்தான். அவளுக்கு என்னைவிட இரண்டு மூன்று வயது குறைந்த ஆண்பிள்ளை இருந்தான். பாலு. அந்த வீட்டிற்கு நான் எப்போதும் செல்வதில்லை. காரணம் அவனின் முதல் பாட்டி பாப்பாத்தியம்மாள்தான். அவள் வீட்டிற்குள் அல்லது தோட்டத்திற்குள் தெரியாமல் நுழைந்துவிடும் நாயிலிருந்து மனிதர்கள்வரை அவளது வசையை மடிநிறைய வாங்கிக் கட்டிக் கொண்டு வரவேண்டும். அவளுக்கு யாருடைய தயவும் தேவையில்லை. ஓரளவுக்கு வசதியான குடும்பம். நிலம் இருந்தது. என்னோடு பாலு வந்து விளையாடிவிட்டுச் செல்வான். வேணி அக்கா அதிகமும் வேலிப்படலில் நின்றுகொண்டோ அம்மா துணிதுவைக்கும் கல்லில் குத்துக்காலிட்டோ உட்கார்ந்து சிரித்து சிரித்துப் பேசிக் கொண்டிருப்

பாள். வேணி அக்காவை நினைவுகொள்ளும் பொருட்டு வரும் அவளின் முக அசைவுகளெல்லாம் சிரித்த முகமும் பழிப்பு காட்டும் சேட்டை முகங்களும்தான். அவளை எந்த வேலையும் செய்யவிடாம லும் வெளியில் எங்கும் அண்ட விடாமலும் பாப்பாத்தியம்மாள் வெயில்படாமல் வீட்டினுள் வளர்க்கும் தாவரம்போல வளர்த்து வைத்திருந்தாள். வேணி அக்காள் சொந்தத்தில்தான் கட்டிக்கொண் டாள். உயர்நிலைப்பள்ளி ஒன்றில் அவளின் கணவர் கிருஷ்ணன் ஆசிரிய உத்தியோகத்தில் இருந்தார். அவரின் அதிர்ந்து பேசாத முகமும் நடையும் பேச்சும் ஊரில் அதிகபட்ச ஆண்களுக்கும் அனைத்துப் பெண்களுக்கும் பிடித்திருந்தது. வாரத்திற்கொருமுறை வீட்டுக்கு வந்து சென்று கொண்டிருந்தார். ஊர் தூங்கிய பின்னர் கடைசிப்பேருந்துக்காக சனிக்கிழமை இரவு வேணி அக்காள் வீட்டில் மட்டும் விளக்கெரிந்து கொண்டிருக்கும். பாப்பாத்தியம்மாள் வாசலில் கயிற்றுக்கட்டிலில் உட்கார்ந்துகொண்டு அதிகமும் இருட்டிக்கிடக்கும் தெருமுகத்தைப் பார்த்தபடி வெற்றிலைப்பாக்கு இடித்துப் போட்டுக் கொண்டிருப்பாள்.

ஒருநாள் பாப்பாத்தியம்மாள் இறந்துபோனபோது ஒருவழியாக ஊர் அழுதுமுடித்து அவளை அனுப்பிவிட்டதிலிருந்து அவ்வீட்டின் வேறு கதவுகள் திறக்க ஆரம்பித்திருந்தன. வேணி அக்காவின் சித்தி குடும்பப் பொறுப்புக்கு வந்தாள். அவளுக்குத் தோட்டம் சுத்தம் செய்வதும் கணவருக்குப் பணிவிடைகள் செய்வதும் எல் லோருக்கும் விதவிதமாக மூன்றுவேளைக்கும் சமைத்துக் கொட்டு வதும் செய்ய சரியாக இருந்தது. காலை நேரத்தில் வெய்யலில் உட்கார்ந்து பழையது சாப்பிடும் நேரம் தவிர்த்து அவள் ஓய்ந்து ஒழிந்து உட்கார்ந்து நான் பார்த்ததில்லை. அதிகமும் அவளுக்குத் தோட்டத்தின் சுத்தம் தான் முக்கியம். அந்தத் தோட்டத்தை ஊற வைத்துத் துவைத்து நீலம் போட்டு காயவைக்க முடியுமானால் கூட செய்துவிடுவாள். அத்தனை சுத்தம். இத்தனைக்கும் அவளுக்கு வீட்டில் யாரும் நல்ல மரியாதை வழங்குவதில்லை. அவளும் குப்பைக்கூட்டியவாறு அம்மாவிடம் பஞ்சாயத்துப் போடுவாள். அம்மா கதை கேட்கும் எந்திரம் போல எதிர்வினை புரிந்தபடி, பரிதாபங்களைக் காட்டி, உச்சுக்கொட்டிக் கேட்டுக்கொண்டிருப்பாள். சில சமயம் கிழவி ஒப்பாரி வைத்து அழுதும்விடுவாள். அம்மாவும் கண்ணைத்துடைத்துக் கொள்வாள். பாலுவுக்கு படிப்பு ஏறவில்லை. எங்கள் வீட்டுக்கு வந்து பாடம் சொல்லிக் கொடுத்துச் செல்லும் சுந்தரம் அண்ணனிடம் சிறிதுகாலம் டியூஷன் படித்தான். பிறகு அவர் அடித்ததற்காக அவரைத் திட்டிவிட்டு பள்ளிக்கூடத்திற்கும் போகாமல் வீட்டிலேயே இருந்தான். வேணி அக்காள் அவனைப்பற்றி எதுவும் கண்டுகொள்ளாதிருந்தாள். அவள் ஏதாவது கடிந்து கேட்கும் போதெல்லாம் வெளியில் சென்று நின்றுகொண்டு பாப்பாத்தி யம்மாளின் வசை வார்த்தைகளை ஞாபகப்படுத்திக் காட்டுவதுபோல் கத்தித் திட்டுவான். கற்களை வாரி வீட்டிற்குள் எறிவான். சில சமயம் ஓடுகளின் மேல் தூக்கிப் போடுவான். வேணி அக்காள்

அப்படியான நேரங்களில் அதிகமும் எல்லாக் கதவு ஜன்னல்களையும் மூடிவிட்டு உள்ளே ரேடியோ வைத்துவிடுவாள்.

சுந்தரம் அண்ணா டியூஷன் சொல்லிக் கொடுத்தபடி எங்கள் வீட்டில் ஓரிருநாள் டிபன் சாப்பிட ஆரம்பித்தார். பிறகு தினமும் அம்மா டிபன் கொடுக்க ஆரம்பித்தாள். பிள்ளை முன்பைவிட நன்றாகப் படிக்கின்றான் பணத்தேவை இருப்பின் டியூஷன் பணம் தவிர்த்து கடன் வேண்டுமானாலும் வாங்கிக்கொள் என்று அவருக்கு செல்வாக்கு கொடுத்து வைத்திருந்தாள். பல சமயங்களில் அவரை மத்தியான வேளைகளில் எங்கள் வீட்டில் பார்த்தேன். எங்கள் வீட்டில் வைக்காத குழம்புகளை ஊற்றிச் சாப்பிட்டுக்கொண்டிருப் பார். சில சமயம் அம்மா எனக்கு சாப்பாடு செய்யவில்லை என்றுகூறி காலை இட்லிகளை எடுத்து வைப்பாள். சுந்தரம் அண்ணா சுடுசாதம் சாப்பிட்டுக் கொண்டிருப்பார். அம்மாவிடம் ஒருநாள் நான் இதைப் பற்றிக் கேட்டபோது சுந்தரம் அண்ணாவும் சிரித்தார். உள்ளிருந்து வேணி அக்காவும் சிரித்தாள். பிறகு அது வேணியக்காள் வீட்டுச் சாப்பாடு என்று சொன்னாள்.

மருமகனுக்கு பாப்பாத்தியம்மாள் நல்ல மரியாதை கொடுத்து வைத்திருந்தாள். சின்னப்பாட்டியின் சொல் எதுவும் அவ்வீட்டில் எடுபடவில்லை. சனிக்கிழமை இரவுகளில் நாய்க்குரைப்பு சப்தமும் கிருஷ்ணன் சார் குரல் சப்தமும் கேட்டபின்புதான் வேணி அக்காள் வீட்டுக்கதவைத் திறந்து விளக்கிட்டாள். அவர் தூங்கும் பாலுவை எழுப்பி வாங்கி வந்த பண்டங்களை ஊட்டுவார். அவன் அவரின் கழுத்தைக் கட்டிக்கொண்டு பிராதுகூறி அழுவான்.

ஒருநாளிரவு வேணி அக்காள் அம்மாவிடம் வந்து தீப்பெட்டிக் கேட்டாள். அவர் வரும் நாளென்று மறந்து போய்விட்டது; சாப்பாடு இல்லை; உலை வைக்க வேண்டுமென்று. அம்மாவும் அப்பாவும் அவளை நன்றாகத் திட்டி அனுப்பினார்கள். அவள் சிரித்தபடி அவர் ஒன்றும் கோபித்துக்கொள்ளமாட்டார் என்று கூறியபடி குதித் தோடினாள். அதற்கடுத்த இரண்டுநாளில் அம்மாவின் ஏற்பாட்டின் படி அப்பா சுந்தரம் அண்ணாவிடம் டியூஷனை நிறுத்தினார். வேறு ஆசிரியர் நியமிக்கப்பட்டார். சுந்தரம் அண்ணாவின் வருகை சுத்தமாக நின்றுபோனது. வேணியக்காள் அம்மாவிடம் பேசுவதை நிறுத்திவிட்டதாக அம்மா சொன்னாள். பாவம் கிருஷ்ணன் எத்தனைத் தங்கமான மனிதன் என்று அப்பா அம்மாவிடம் கூறிக்கொண்டிருந்தார்.

பத்தாம் வகுப்பு முழுத்தேர்வு விடுமுறையில் ஊருக்கு வந்திருந்த போது வேணி அக்காவின் வீடு பொலிவிழந்து விட்டிருந்தது. எங்கள் வீட்டிற்கும் அவர்கள் வீட்டிற்கும் இடையே நின்ற பூவரச மரங்கள் பட்டுப்போய் விட்டிருந்தன. வாகைநாதமரம் மொட்டையடிக்கப் பட்டு கொழுந்துகளை துளிர்விட்டு நின்று கொண்டிருந்தது. சாம் பல்நிற முள்வேலிகள் ஆடுதாண்டும் அளவுக்கு தாழ்ந்து போயிருந்தன.

ஊர் நண்பர்களோடு அருகிலுள்ள திரையரங்கத்திற்கு வாடகை மிதிவண்டிகளை அமர்த்திக்கொண்டு சென்றபோது வேணி அக்கா வையும் சுந்தரம் அண்ணாவையும் பார்க்க முடிந்தது. ஒரு காய்கறிக் கடையில் நின்று கொண்டிருந்தார்கள். நண்பர்கள் அவர்களைப் பற்றிச் சொன்னத் தகவல்கள் ஊர் அவர்களின் விஷயத்தில் இயல்பாக ஆகிவிட்டது போலிருந்தது. பாலுவை விசாரித்தபோது அவனை கிருஷ்ணன் சார் வந்து அழைத்துச் சென்றுவிட்டதாக கூறினார்கள்.

அவர்களும் திரையரங்கத்திற்கு வந்திருந்தார்கள். எனைப் பார்த்ததும் வேணி அக்காள் பைகளை சுந்தரம் அண்ணாவிடம் கொடுத்தபடி அழைத்தாள். நான் அருகே சென்றதும் விருப்பமாக கட்டிக் கொண்டாள். அம்மா கட்டிக்கொள்வதுபோல்தான் இருந்தது. எதிர்பாராமல் உதடுகளில் முத்தம் கொடுத்து கட்டிக்கொண்டு சுந்தரத்தைப் பார்த்து சிரிக்க அவர் எனது படிப்பு விஷயங்களை விசாரிக்க ஆரம்பித்தார். என்னுடன் வந்த எல்லா நண்பர்களுக்கும் ஐஸ்கிரீம் வாங்கிக் கொடுத்தாள். ஐஸ்கிரீமை அவளுக்கும் கீழே உள்ள படிக்கட்டில் அமர்ந்து சாப்பிட்டுக்கொண்டிருக்கும்போது அம்மா அவளிடம் சுத்தமாக பேசுவதில்லை என்று வருத்தத்தோடு சொன்னாள். ஐஸ்கிரீம் வாங்கிக்கொடுத்ததை அம்மாவிடம் சொல்ல வேண்டாமெனக் கேட்டுக்கொண்டாள். சுந்தரம் அண்ணா முகம் ஏதோ தவிப்பில் இருப்பது போல இருந்தது. எனக்கும் சேர்த்து டிக்கெட் எடுப்பதாகச் சொன்னாள். நான் நண்பர்களுடன் இருப்பதாக கூறிவிட்டு பெஞ்சு இருக்கைக்குச் சென்றேன். படம் விட்டு என்னைத் தேடியதாக மறுநாள் காலை என்னிடம் அம்மா இல்லாத நேரம் வேலியோரம் வந்து நின்றபடி சொன்னாள். அவள் என்னை ஏதோ பெரிய மனிதன்போல் எண்ணிக்கொண்டு உன்னிடம் நிறைய பேசவேண்டுமென்று கூறினாள். அது எனக்கு மிகவும் விருப்பமான அல்லது எனக்கு சரியான மதிப்பை வழங்கிவிட்டதாகவும் நகரத்துப் படிப்பு தந்த தோரணையாகவும் எண்ணிக்கொண்டேன்.

அம்மாவுக்கு எலிக் காது; பாம்பு கண்கள். அன்றிரவு சாப்பிடும் போது வேணி அக்காவிடம் எந்தப் பேச்சும் வைத்துக் கொள்ளக் கூடாது என்று கண்டிப்பாகச் சொல்லிவிட்டாள். எப்போதும் கருணை சுரந்துகொண்டிருக்கும் அம்மாவின் முகத்தில் அந்த நேரத்தில் காட்டிய கண்டிப்பு பயமூட்டுவதாக இருந்தது.

காலையில் அம்மாவின் குரலில்தான் எழுந்தேன். அப்பா முன் கூடத்தில் பேப்பர் படித்துக் கொண்டிருந்தார். சவரம் செய்யும் சாமான்களும் கண்ணாடியும் அருகில் இருந்தன. வாசலில் சுந்தரம் அண்ணாவின் அம்மாவும் தங்கையும் வந்து நின்று கொண்டிருப்பதை தோட்டத்திலிருந்து முகம் கழுவிவிட்டு வரும்போதே பார்த்தேன். அம்மா என் புத்தகங்களைக் கேட்டு வாங்கி அப்பாவிடம் காட்டி அருகில் வைத்துவிட்டு அப்பாவிடம் சமிக்ஞை செய்தாள். அப்பா கனைத்துவிட்டு அவர்களை உள்ளே அழைத்தார். மழைக்கு ஒதுங்கும்

ஆடுகள்போல் சுவரை உரசிக்கொண்டு ஒருவர் பின்னே ஒருவர் நின்றார்கள்.

"இதுல எல்லாப் பொஸ்த்தகமும் இருக்கு. ஒழுங்காப்படிச்சி நல்லபடியா பாஸ் பண்ணு" என்றார் அப்பா. "எடுத்துக்க". சுந்தரம் அண்ணாவின் அம்மா சட்டென்று முகத்தை மூடிக்கொண்டு அழுதாள். அம்மா அவளைத் தேற்றினாள். சுந்தரத்திற்கு பெண் பார்த்திருப்பதாகவும் வேணி அக்காதான் தடையாக இருப்பதாகவும் கூறி அழுதாள். சுந்தரத்தின் தங்கை மேனி குலையாத எனது புத்தகங் களைப் பிரித்து முகர்ந்து கொண்டிருந்தாள். புத்தகம் அவளுக்கு சந்தோஷத்தைக் கொடுத்திருந்தது. நாங்கள் எதுவும் கூறமுடியாது எதுவும் பேச்சுவார்த்தையில்லை என்று அப்பா கண்டிப்பாக கூறிக் கொண்டிருந்தார். சுந்தரம் அம்மா நீங்கள்தான் அக்குடும்பத்துடன் பேசி என் பிள்ளையை மீட்டுத்தரவேண்டும் என்று கையெடுத்து அழுதாள். அம்மா அவர்களுக்கு பரிந்து பேசினாள். பிறகு அப்பா பேசிப்பார்ப்பதாக ஒப்புக் கொண்டார்.

அவர்கள் சென்றுவிட்டபின், இன்னும் தேர்வு முடிவுகள் தெரி யாமல் எதற்கு என் புத்தகங்களை கொடுத்தீர்கள் என்று அம்மாவிடம் கத்த ஆரம்பித்தேன். அம்மா குளிர்ச்சியாக நீ பாஸாகிவிடுவாய் என்றாள்.

மழை வெய்யலோடு சம்மந்தப்பட்டதுதான். பளபளப்பான வெய்யல் வானத்திலிருந்து பூமியைக் கவிழ்த்திருந்தது. ஆனால் தரையெங்கும் நீர்ப்பரப்பாய் விரிந்து சென்று கொண்டிருந்தது மழை நீர். மேடான சில இடங்களில் மட்டும் பள்ளங்களை நோக்கி ஆவலுடன் சரிந்து கொண்டிருந்தது. வீசிமுடிந்த சோர்வில் மரங்கள் களைத்து நின்றுகொண்டிருந்தன. தெருவோரங்களில் ஆட்கள் மண் வெட்டி கடப்பாரைகளுடன் வடிகாலுக்கு யோசனைகளை பேசி கலைத்து விட்டுக்கொண்டிருந்தார்கள். பெயர்த்துக் கட்டமுடியாத சூழலில் உள்ள மாட்டுத் தொழுவங்களில் தழுவியோடும் மழை நீரோடு கால்நடைகள் கத்திக்கொண்டிருந்தன. சிறுவர்கள் சப்த மிட்டபடி மழைநீரில் நீர் மொண்டு மேலில் ஊற்றி விளையாடுகிறார் கள். மழையைப்பற்றி இரு பெண்குரல்கள் பேசிக்கொண்டிருந்தன. ஒரு கால்வாய் மேடேறி பார்த்தபோது அறுத்து போடப்பட்ட நெற் கதிர்கள் வயல் மூழ்கிய தண்ணீரில் அலங்கோலமாய் மிதந்து கொண்டிருந்தன. ஒரு நடுத்தரவயதுப் பெண் மயிர்களை பரப்பிப் போட்டு பித்துபிடித்ததுபோல் நிலம் வெறித்து நின்று கொண்டி ருந்தாள். அருகில் கழியூன்றிக்கொண்டு நிற்கும் கிழவன் ஆகாயத்தைப் பார்த்து பெய்த மழையை சபித்துக்கொண்டிருந்தான். நிறைய நபர்கள் எனக்கும்பின் நின்று பார்த்தார்கள். காகங்கள் பறந்து வந்து மிதக்கும் நெற்கதிர்களை கொத்திக் கொண்டு பறந்தன. எனது வருகையும் அவர்களின் பார்வைகளும் சந்தித்துக் கொள் கின்றன. எனது பேச்சிற்காக அல்லது எனது கேள்விக்காக காத்தி ருக்கிறார்கள். அவர்களை கடந்து செல்கிறேன். அடுத்த இறக்கத்தில்

வேறொரு தெரு முகப்பு வரவேற்கிறது. எனது முகத்தை நோக்கும் புதியமுகங்கள்; நான் கடந்ததும் எனது முதுகில் திருப்பப்படும் அவர்களின் பார்வையில் எழும் கேள்விகள்; அவர்களுக்குள் சிறு விவாதமாகிவிடுகிறது. தெருக்களை கடந்து கொண்டேயிருக்கின்றேன். மனிதர்களை மனிதர்கள் கூப்பிடும் சப்தங்கள், பதில்கள், மௌனங்கள், பாத்திர ஓசைகள். ஒரு ஆள் என்னை நிறுத்தி யார் வேண்டும் என்றார். கிருஷ்ணன் சாரைப்பற்றிக் கேட்டேன். நெற்றிச் சுருங்கி யோசித்து இது சற்று பெரிய ஊர். சரியான முகவரி வேண்டும் என்றார். நான் எதுவும் பேசாமல் நின்று கொண்டிருந்தேன். அவர் பக்கத்து வீடுகளில் சிலரை அழைத்துக் கேட்டார். “இந்த வெள்ள மழைக்காலத்தில் என்ன விஷயமாக அவரைத்தேடி வந்திருக் கிறீர்கள்” என்றார்கள். பிறகு அவர்களும் யோசித்து யோசித்து விவாதித்து எதற்கும் எதிர் திசையிலிருக்கும் தார்சாலையின் மறு முனைக்குச் சென்று கேட்டுப்பாருங்கள்; அங்கு இதே பெயருடைய ஒருவர் இருக்கிறார் என்றார்கள். நான் திரும்பி நடக்க ஆரம்பித்தேன்.

தார்சாலைக்கும் மறு தொடக்கத்தில் சுருட்டிய குடைகளுடன் சிலர் அடுப்பு பற்றவைக்க முயற்சிக்கும் டீக்கடை முன்பு நின்று பெருமழை பற்றி பேசிக்கொண்டிருந்தார்கள். டீக்கடைமேல் சரிந்து விட்ட முருங்கை மரத்தில் நனைந்த ஈரத்தோடு ஒருபெண் அலகை விட்டு முருங்கைக்காய் பறித்துக் கொண்டிருந்தாள். வெளியில் நின்றவர்கள் அவளின் பார்வைபடாத இடத்தில் தொங்கும் காய் களை அடையாளம் காட்டிக்கொண்டிருந்தார்கள். நான் அவர்களி டம் கிருஷ்ணன் சார் பெயரைக்கூறி விசாரித்தேன். அவர்களும் யோசித்தபடி அருகில் நின்றவர்களிடம் விசாரித்தார்கள். டீக்கடைக் காரர் ஒழுகிய மேடையைத் துடைத்தபடி இரண்டு தெருக்கள் தாண்டிய கோவில் தெருவில் அப்படி ஒருவர் இருப்பதாகக் கூறினார். நன்றிகூறிவிட்டு கோவில் தெருவை விசாரித்தபடி நடக்கத் தொடங் கினேன். கோவில் தெரு கிடைக்காமல் தெருக்களின் எல்லைகளில் மோதிமோதித் திரும்பிக் கொண்டிருந்தேன். சலிப்புற்று வளைந்த போது முகப்பில் நின்ற சிறுவர்களிடம் விசாரித்தவுடன் யோசனை எதுவும் செய்யாமல் வீட்டைச் சுட்டினார்கள். சிறுசிறு கம்பிகளால் முகப்பிட்ட பெரிய வீடு, கண்டிப்பைத் தெரிவித்துக்கொண்டிருந்தது. வெளியிலிருந்து பார்த்தபோது உள்ளே இருட்டாக இருந்தது. நான் தயங்கித் தயங்கிக் கூப்பிட்டேன். ஒரு சிறுவன் என்பக்கம் மழைநீர் விளையாட்டிலிருந்து நீங்கிவந்து அவ்வீட்டினுள் சப்தமாக யாரோ உங்களைத் தேடிக்கொண்டு வந்திருக்கிறார்கள் என்று கூறிவிட்டுச் சென்றான். உள்ளிருந்து வாயில் எதுவோ மென்றபடி கறுப்பு உருவம் அசைந்து வந்தது.

“யார் வேணும்?” என்றார்.

நான் பெயரைக் கூறினேன்.

“அது நான்தான்.”

“நீங்கள் இல்லை.”

.74. ஜே. பி. சாணக்யா

பிறகு அவர் லேசாக யோசித்தவராய் உங்களுக்கு என்ன முகவரி வேண்டும் என்று கேட்டார். சொன்னேன். இந்த ஊரில் இந்த முகவரியில் நான் தான் கிருஷ்ணன் என்று தொந்தியைத் தடவிச் சிரித்தார். நீங்கள் இல்லை என்று கூறிவிட்டு நடக்கத் தொடங்கினேன்.

கிளிஞ்சிமேட்டுத்தெரு பர்கிளிஸோடு வேணி அக்காவுக்கு நெருக்கம் ஏற்பட்டபோது சுந்தரம் அண்ணாவுக்கு இரண்டாவது திருமணம் முடிந்துவிட்டிருந்தது. உள்ளூரில் ஒரு மனைவியும் வேலை செய்யும் ஊரில் ஒரு மனைவியுமாக வைத்திருந்தார். பர்கிளிஸ் சுந்தரம் அண்ணாவின் சினேகிதர்தான். உயரமான வார் செருப்பும் தாவரக்கொடிகள் படம் போட்ட கரும்பச்சை லுங்கியும் பச்சை சட்டையும் போட்டபடி தெருவில் நடந்து சென்றுகொண்டிருந்தார். சிறு வயதில் நான் கிளிஞ்சிமேட்டுத் தெருவழியாக போகும் போதெல் லாம் அவர்கள் வீட்டைப் பார்த்திருக்கிறேன். வாசலை ஒட்டி யிருக்கும் சிறு கொட்டகையில் ஆடுகளின் குரல்களும் ஆட்டுப் புழுக்கைகளின் வாடையாகவும் இருக்கும். ஒவ்வொரு முறையும் பர்கிளிஸின் அம்மா என்னைக் கட்டிக்கொண்டு குடும்ப நலம் விசாரிப்பாள். ஒவ்வொரு விவசாயப் பருவத்திற்கான தின்பண்டங்கள் தருவாள். அந்த வீட்டுத் தோட்டத்தில் இறக்கப்படும் பதனீர் குடித்ததுதான் தீராத நிறைய ஞாபகம். அந்தத் தெருவில் பர்கிஸிஸ் தான் வாராந்திர, மாதாந்திர இதழ்களின் வாசகர். அவர் வீட்டி லிருந்து அவர் வாசித்து முடித்தபின் தெருவீடுகளில் சுற்றிவரும். அதிலும் சாத்திக்கிடக்கும் வீடுகளில் உள்ள குறைவாய் படித்த, படித்துவிட்டு திருமணத்திற்கு காத்திருக்கும் பெண்களுக்குதான் முதலில் புத்தகம் போகும். பர்கிளிஸிற்கு ஒரு பழக்கம் இருந்தது. அட்டைப்படத்தில் உள்ள பெண்கள் அல்லது உள்ளே இருக்கும் துண்டுப்படப் பெண்களின் கன்னங்களில் தனது கையெழுத்தைப் போட்டு வைத்திருப்பார். பர்கிளிஸின் புத்தகத்திற்கு அடையாளமே அவரது கையெழுத்து பெண்களின் கன்னங்களிலும் மார்புகளிலும் சுழித்தோடியிருப்பதுதான் இப்போது என்னால் அக்கையெழுத்தைப் புரிந்துகொள்ள முடிகிறது. பர்கிளிஸின் சைக்கிள் அதிவேகமாக தெருக்களைக் கடந்து செல்லும். சிறுவயது பிரம்மிப்பாக சொல்ல முடியாது. நெடிய உருவம் காலை அகட்டிக்கொண்டு பெடல் சுழற்சியின் வட்ட அடையாளமாய் கால்கள் சுழன்று வருவது எதுவும் தெரியாமல் வினாடிக்குள் கால்கள் மேலும் கீழும் ஏறி இறங்கிச் செல்லும். அவரை டிரைவர் என்று கூப்பிட்டார்கள் சிலர். நான் ஒருபோதும் அவர் எந்திர வாகனங்கள் ஓட்டி பார்த்ததில்லை.

தெரு நண்பர்கள் சொல்லும் சம்பவங்களின் தீவிரம் பர்கிளி ஸின்மேல் ரகசியத் தூண்டுதலை திணித்துக் கொண்டிருந்தது அப் போது. அதிகமும் எல்லோரும் சொல்வதை நம்பும்படியாக இருப்பது பர்கிளிஸ் அவரின் தெருவை விட்டு எங்கள் தெரு பெட்டிக்கடையின் வாசலில் வந்து நின்று கொண்டு கதை அளப்பது மட்டும்தான். வேணி அக்காவையும் சுந்தரம் அண்ணாவையும் அரசல் புரசலாகப்

பார்த்ததுபோல்கூட பார்த்ததில்லை. ஆனாலும் சேட்டு என்னைக் கூட்டிச் சென்றான். வெகுநேரம்வரை வேணி அக்காவீட்டு புளிய மரத்துக்குச் சென்று உச்சியில்ஏறி உட்கார்ந்திருந்தோம். அங்கிருந்து அந்த முற்றம் பழுப்புநிற வரைபடம்போல் தெளிவாய்த் தெரிந்தது. அவர்கள் பளிச்சென்று தெரியும் அவ்விடத்தை ஏன் தேர்ந்தெடுத் தார்கள் என்று தெரியவில்லை. எனது கால் சொக்காயிலிருந்த எல்லா தின்பண்டங்களும் தீர்ந்துபோய் விட்டிருந்தது. மேலிருந்து பிரிக்கப்பட்ட ஓடுகள் திட்டாகத் தெரிந்ததன் வழி உள்ளே அசைவு களை உணர முடிந்தது. கிராம வேலைகளுக்குச் சென்ற நபர்கள் வயல்களில் மூழ்கும்போது தெரு அயர்ந்து போக, சிறு குழந்தைகளை பார்த்துக்கொள்ளும் சிறுமிகளைத்தவிர அரவமில்லாத சூழலை தேர்ந்தெடுத்துக்கொண்டு வந்திருந்தார் பர்கிளிஸ். வேணி அக்காவின் இரு கைகளையும் இருபுறமும் விரித்துக் கயிறுபோட்டுக்கட்டி நிர்வாணமாக்கிவிட்டு எதிரில் நின்று புகைத்துக் கொண்டிருந்தார். வேணி அக்கா சிரித்துக்கொண்டிருந்தாள். சட்டென்று ஆனால் நிதானமாய் எங்கள் பக்கம் பார்த்தது போலிருந்தது. மீண்டும் மீண்டும் அவள் முகம் புளியமரம் நோக்கித் திரும்பிக் கொண்டி ருந்தது. அம்மாவிடம் சொன்னால் அவ்வளவுதான் என்ற எண்ணம் பீதியுற வைத்தது. சேட்டுத் திட்டியபடி என்னுடன் இறங்கி வந்தான்.

அன்றிரவு தெரு அரவங்கள் இருந்தபோதே வாசலில் போர்வை போர்த்தி படுத்துக்கொண்டிருந்த என்னிடம் வேணி அக்காள் வந்தாள். அம்மா உள்ளிருந்தாள். என்னிடம் ரகசியமாக புளியமரத் தில் ஏறிக்கொண்டு என்ன செய்தாய் என்றாள். எனக்கு சட்டென்று பயம் கூடிக்கொண்டது. அம்மாவிடம் சொல்லிவிடாதீர்கள் என்றேன். அவள் சிரித்தபடி சொல்லத்தான் போவதாக கூறிக்கொண்டு எனது பின்புறத்தை பிடித்தழுத்தி கிள்ளிவிட்டு சென்றாள்.

வேணி அக்காவின் அப்பா வெகுநாள் காயலா கிடந்து இறந்து போனார். வேணி அக்கா வீட்டுக்கு அம்மா அழச்சென்றாள். நானும்கூடச் சென்று உள் பந்தலில் உட்கார்ந்து கொண்டேன். அம்மா உள்ளே சென்றவுடன் வேணியக்காள் அம்மாவைக் கட்டிக் கொண்டு “அக்கா இனிமே எனக்காருருக்கா” என அழுதாள். அம்மா அவளைக் கட்டிக் கொண்டு அழுதாள். அப்பா பந்தலில் நின்று கொண்டு வேண்டிய ஏற்பாடுகளை கவனித்துக் கொண்டிருந்தார். அம்மா அழுதுமுடித்தும் வேணி அக்காள் அம்மாவை விடாமல் பற்றிக்கொண்டு உட்கார்ந்திருந்தாள். பிறகு அம்மா அவளைக் கூட்டிக்கொண்டு எங்கள் வீட்டுக்கு அழைத்துவந்து காபி போட்டுக் கொடுத்தாள். செம்பு நிறைய காபியை வைத்துக் கொண்டு திருதிரு வென விழித்துக் கொண்டிருந்தாள். என்னைக் கூப்பிட்டு ஒரு டம்ளரில் ஊற்றிக்கொடுத்ததை அம்மா நான் குடித்துவிட்டதாகக்கூறி அவளையே குடிக்க வைத்தாள். சிறுகுழந்தைபோல் தலைமுடிகளை ஒதுக்கிவிட்டுக்கொண்டு செம்பில் உதடுபதித்து கவிழ்ந்து காபி குடித்தாள். கடைவாய்களில் காபி வடிந்து சொட்டியது பார்க்க

சிரமமாக இருந்தது. உண்மையில் எது நடந்தாலும் கவலைப்படாத போக்குடைய வேணி அக்காளின் தைரியத்திற்கு வேணி அக்காவின் அப்பா ஒரு காரணம். அவர்தான் அவளின் பெட்டகம், தைரியம் எல்லாமே. அவரின் இறப்பு அவளுக்கு தணிக்க முடியாத அதிர்ச் சியை வழங்கியிருந்தது.

அப்பா கூப்பிடுவதாய் ஒரு சிறுவன் வந்து கூறியவுடன் அம்மா உள்ளே சென்று பணம் எடுத்துக் கொண்டு வேணி அக்காவை இங்கே இருக்கும்படி கூறிவிட்டு வெளியில் சென்றாள். வேணி அக் காள் என்னையே பார்த்துக் கொண்டிருந்தாள். அவளுடன் அந்த நேரத்தில் என்ன பேசுவது என்று தெரியாமல் உட்கார்ந்திருந்தேன். அவளே ஆரம்பித்தாள். “அம்மா அப்பவே சொன்னுச்சி; நான்தான் கேக்கல; மாமா எத்தனை நல்லவர் தெரியுமா செல்லம்” என்றாள் எனக்கும் அழுகை வரும் போலிருந்தது. “அந்த பர்கிளிஸ் பய மேலெல்லாம் சூடு வைப்பான் செல்லம்; நீ பாக்குறியா” என்றாள்.

வேண்டாம் என்றேன். “பாரேன்” எனக்கூறி சட்டென்று சேலை விலக்கி மார்பின் பகுதியை விடுவித்தாள். எனக்கு கூச்சத்துடன் பார்க்கத் தொடங்கி விதிர்த்து நின்றேன். அவளது சிவந்த மார்பில் சிகரெட் வடுக்கள் கருப்பு பொட்டுகள்போல் உறைந்திருந்தன.

“கொழந்தைங்க பால் குடிக்கிறதுதான! இதுல போய் யாராச்சும் சுடுவாங்களா” என்றாள். “நீயும் ஆம்பளப் பையன்தானே நீ இப்பிடி செய்வியா”

அம்மா உள்ளே வந்து கொண்டிருந்தாள். நான் அம்மா வருவதாய் சொன்னேன். அவள் எழுந்துபோய் அம்மாவிடம் காட்டினாள். அம்மா சட்டென உறைந்தவளாய் பொலபொலவென அழுதாள்; தலையிலடித்தபடி. உனக்கு வந்த வாழ்க்கைக்கு இப்படியா சீரழிந்து போக வேண்டும் என்று சத்தம்போட்டாள். இனி இந்தப் பிரச்சினை யெல்லாம் வேண்டாம் அவரிடம் சொல்லி உன்னை பாலு அப்பா விடம் கொண்டு போய் விட்டுவிடச் சொல்கிறேன் ஒழுங்காய் இருப் பாயா என்றாள். சிறுபிள்ளைபோல் சரியென்று தலையாட்டினாள்.

மதியமாய் அப்பா இரண்டு பொட்டலங்கள் சாப்பாடு வாங்கி வந்தார் யாரிடமோ சொல்லி. அம்மா எனக்கொன்றும் வேணி அக்காவுக்கு ஒன்றுமாய் கொடுத்தாள். எங்கள் இருவரையுமே அப்பா பசிதாங்காத பிள்ளைகள் என்றார். நாங்கள் சாப்பிடும்போது அம்மா கிருஷ்ணன் சாரிடம் வேணி அக்காவை கொண்டு சென்று விடும் விஷயமாய் பேசிக் கொண்டிருந்தாள்.

அடுத்த விடுமுறையில் வீட்டுக்கு வந்தபோது வேணி அக்காவுக்கு மனநிலை பிறழ்விட்டது என்றார்கள். பர்கிளிஸின் திருமணத்தின் போது வேணி அக்காள் நேரில் சென்று சண்டை போட்டதாக அம்மா அப்பாவிடம் சொல்லிக்கொண்டிருந்தாள். பர்கிளிஸின் லைசென்ஸையும் பாஸ்போர்ட்டையும் இறுதிவரை வேணி அக்காள் கொடுக்கவில்லை என்று சொன்னாள்.

நான் மிகச்சரியாக கண்டுபிடித்துவிட்டதாக நினைத்துக்கொண்டு நின்ற வீடு மழைநீர் சூழ பூட்டிக்கிடந்தது. அருகில் எதுவும் வீடுகள் அற்று கருவேலமரங்கள் தழைத்து நின்று கொண்டிருந்தன. சிறிது தூரத்தில் இரண்டு மூன்று வீடுகளின் மொட்டை மாடிகள் தெரிந்தன. பூட்டிக்கிடந்த வீடு புழக்கமற்ற தோற்றத்தைத் தோற்றுவித்துக் கொண்டிருந்தது. வெடிப்புற்ற சுவர்களும் சுற்றிலும் கருவேலமர அடைசலுமாய் எப்போதோ அடித்த வெள்ளை மழைநீரில் வழிந்து போயிருந்தது. சற்று தூரத்திலிருந்து ஒரு கிழவி சுருட்டிய குடையுடன் என்னைப் பார்த்து கையசைத்து என்ன என்பதாய் கேட்டாள். நான் இந்த வீட்டைக் காட்டினேன். அந்த வீட்டில் யாருமில்லை உங்களுக்கு யார் வேண்டும் என்றாள். பாலுவை விசாரித்தேன். இந்த முகவரிதான் என்று ஊர்ஜிதப்படுத்திக் கொண்டேன். பாலு மட்டும் இங்கு தங்கியிருப்பதாகக் கூறிக்கொண்டு கிட்டே வந்தாள் மழை நீரில் துணி நனையாதபடி லேசாகத் தூக்கிக் கொண்டு. என்னை விசாரித்து அறிந்து கொண்டபின் அவள் முகத்தில் ஒரு பரிதாபம் எழுந்து நின்றது. முன்பு பாலுவும் வேணியம்மாவும் தங்கியிருந்தார்கள் என்றுகூறி நிறுத்திவிட்டு அப்பெண்ணுக்கு பைத் தியம் முத்திப்போச்சி என்றாள். துணியை அவிழ்த்து போட்டுவிட்டு வாசலில் வந்து நிற்பதும் எந்த ஆளைப்பார்த்தாலும் சிரிக்கிறதும் ஒரே பிரச்சினை என்றாள். கிருஷ்ணன் சார் ஆஸ்பத்திரியில் கொண்டுபோய் விட்டதாகவும் வேணி அக்காள் ஓடிவந்துவிட்ட தாகவும் கூறிவிட்டு யார் செய்த பாவமோ கடவுளே என்றாள். பாலு வரும் நேரம்தான் படிக்கட்டின் மேல் போய் உட்காருங்கள் என்று கூறிவிட்டு தண்ணீரை உழுதபடி திரும்பி நடக்க ஆரம்பித்தாள்.

நான் வெகுநேரம் உட்கார்ந்திருந்தேன். அவ்வப்போது சிலர் சைக்கிளைத் தள்ளியபடி என்னைப் பார்த்துக் கொண்டே சென்றார் கள். சிலர் என்னை யார் என்ன வேண்டும் என்றும் கேட்டார்கள். அவர்கள் கேட்பதிலிருந்து இந்த வீட்டின் சூழலை புரிந்துகொள்ள முடிந்தது. வேணி அக்காள் சாருடன் வேறு வீட்டில் தங்கியிருக்காளா அல்லது மீண்டும் மருத்துவமனையில் சேர்க்கப்பட்டிருக்கிறாளா என்ற குழப்பத்துடன் உட்கார்ந்திருந்தேன். இருட்டத் தொடங்கியது. பாலுவையும் பார்க்க முடியாதோ என்று எண்ணுமளவுக்கு வீட்டின் தோற்றமிருந்தது. எங்காவது நண்பர்கள் வீட்டில் தங்கிக்கொண்டு எப்போதாவது இங்கு வந்து செல்வான் என்று எண்ணிக்கொண்டிருந் தேன். மேலும் இருட்டும்போது கண்டிப்பான விசாரிப்புகளுக்கு ஆளாக நேரிடும் என்று நினைத்து யோசனை வந்தவனாய் எழுந்து சன்னலைத் தள்ளிப் பார்த்தேன். திறப்பில் புழக்கமில்லாத சன்னலாக இருந்தது. முழுதாக திறக்க முடியவில்லை. கொடியில் பாலுவின் இரண்டு மூன்று பேண்ட் சட்டைகளைத் தவிர எதுவுமில்லை. உள் ரேக்கில் இரண்டு பாத்திரங்கள் இருந்தன. வீட்டில் தொடர் புழக்கம் எதுவுமில்லையெனத் தெரிந்தது. உள்ளே நடு ஹாலில் ஒரு உருவம் படுத்திருப்பதை ஊர்ஜிதம் செய்தவுடன் திடுக்கென்று

தூக்கிவாரிப்போட்டது. இதயம் வேகவேகமாக துடிக்கத் தொடங்கியது. நன்றாக உற்றுப்பார்த்தேன். வேணி அக்காள்தான். படுத்திருந்தாள். கழற்றி போடப்பட்ட துணிகள் அருகில் கிடந்தன. சட்டென்று எழுந்த வாழ்வின் மீதான பயம் வேதனையாக மாறத் தொடங்கியது. பிறகு, வேணி அக்காள், கிருஷ்ணன் சார் என்று பெயர் எழுதப்பட்ட திருமணப்பத்திரிக்கை உறைமீது பாலுவுக்கு குறிப்பெழுதி வைத்து விட்டு கதவின் கீழிடுக்கு வழி உள் தள்ளி வைத்துவிட்டு மெதுவாக எழுந்து நீரில் இறங்கி நடக்க ஆரம்பித்தேன். எனது நடையசைவில் வீடும் ஆகாயமும் அலையலையாய் நெளிந்தது. சட்டெனக் களைப்பு இறுக்கி தளர்வானேன். மழை வருமா என அண்ணாந்து பார்த்தேன். எதையும் யூகிக்க முடியவில்லை.

காலச்சுவடு, நவ-டிசம். 2002

தனிமையின் புகைப்படம்

அன்று காலையில் ‘குருமஹராஜ் கிழவன்’ இறந்து விட்டான் என்று அந்த சிறிய ரயில்நிலைய பிராந்திய வாசிகளில் சிலர் பேசத் தொடங்கினார்கள். பழுப்பு நிற சால்வைபோல் தெரியும் வெகுகாலத்திற்கு முந்தைய வேட்டி ஒன்றினை நிறை முக்காடிட்டு, ஒருக்களித்து சுருண்டு அவர்களின் நம்பிக்கையை உறுதி செய்யும் விதமாய் அவன் படுத்திருந்தான். அவனுக்குள் உயிர் இருப்பதன் அதிர்வு அவன்மேல் தத்தித்தத்தி விளையாடிக் கொண்டிருக்கும் இரு அண்டங்காக்கைகளுக்குக் கேட்டுக் கொண்டிருந்திருக்கும். அவன் மேல் விளையாடும் காகங்களை கண்ட சிலர் சில்லரைகளை அவன் படுத்திருந்த ஒற்றையடிப்பாதை ஓதுக்குப் புறத்தில் தூக்கிப் போட்டு விட்டு சென்று கொண்டிருந்தார்கள். அவன் நேற்றுதான் சிறைச்சாலையில் இருந்து கருணை அடிப்படையில் விடுவிக்கப்பட்டிருந்தான்.

2

கிழவன் ஆறுமாதங்களுக்கு முன்பு குழிந்த கண்களும் பழுப்பு வெள்ளைத் தாடியும் முடிகொட்டிய முன்தலையுமாய் போர்த்திய வேட்டியுடன் வந்தபோது அந்த ரயில் பாதையோர குடிசை வாசிகள் அவனை ஒரு பொருட்டாக மதிக்காமலும் பிச்சையெடுக்கத் தவறான இடத்தைத் தேர்ந்தெடுத்துவிட்டதாகவும் பேசிக்கொண்டார்கள். அவன் ரொட்டி தயாரிக்கும் நிறுவன விளம்பரம் பதித்த அட்டைப் பெட்டி ஒன்று வைத்திருந்தான். அதை சில்லரைகளுக்கான தளமாய் விரித்து தரையில் உட்கார்ந்து கொள்வான். பிதுங்கிய கழுத்தெலும்புகளும் மயிரற்ற கிழமார்பும் தெரிய உடலில் வேட்டிச்சுற்றி பிச்சைக் கேட்பான். அவனது பிச்சை கேட்ட தொனியும் சொல்லும்தான் அவனை சக பிச்சைக்காரர்களிடமிருந்து பிரித்தது. சுத்தமான உச்சரிப்பில் ‘குருமஹராஜ்’ என்பான். பாதசாரிகள் கடக்கையில் சிறு புன்னகையும் ஏங்கும் கண்களும் கொண்டு கேட்கும் தொனியும் பாவனையும் அரசனை குடிமக்கள் பணிவுடன்

குறைகூறி தேவைகள் பூர்த்தி செய்யப்பட வேண்டும் என்பதாய் இருக்கும். குருமஹராஜ் என்ற ஒற்றைப்படைத் தவிர்த்து பிச்சைக் கேட்பது இல்லை. பகலில் ரயில் நிலையத்தின் வெளிப்புறத்திலும் இரவில் ரயில் நிலையத்திலும் தன் இருப்பை வைத்துக் கொண்டிருந் தான். சில நாட்கள் வெளியில் படுத்திருப்பான். அது அபூர்வமாகத் தான் நிகழும்.

ரயில் நிலையத்திலிருந்து பேருந்து நிறுத்தத்திற்குச் செல்லும் வழியில் உள்ள சரஸ்வதி ஒயின்ஸுக்கு இரவில் கடைமூடும் நேரத் திற்கு போய் ஒரு ‘கட்டிங்’ வாங்கிவந்து லெவல் கிராஸிங்கின் அருகில் தேங்கி நிற்கும் இருளில் நின்று கொண்டே எதுவும் கலக்காமல் குடித்துவிட்டு ஜோதிகடைக்கு சென்று இட்லி சாப்பிட்டு விட்டு வந்து முடங்கிக்கொள்வான். ஜோதிக்கு அவன்மேல் மரியாதை வந்ததற்குக் காரணம் அவன் ஒருநாளும் கடன் சொன்னதில்லை என்பதுதான். வந்த புதிதில் கேட்டுக்கேட்டு சாப்பிட்டான். பிறகு ஜோதியே கடையின் அருகே வளைந்து வரும் தெருவில் அவன் தலைப்பைப் பார்த்ததும் அவனுக்கான உணவை தட்டில் எடுத்து வைத்து விடுவாள். பழகிய பிறகு ஜோதி இடைவெளிவிட்டு இடை வெளிவிட்டு அவனைப்பற்றிக் கேட்ட கேள்விக்கெல்லாம் முன் னுக்குப்பின் முரணாக இருந்ததை அவனிடம் சொல்லி வருத்தப் பட்டாள். கிழவன் பெரிய சீமான் போல சிரிக்க மட்டுமே செய்தான்.

3

சேத்துப்பட்டு ரயில்வே ஸ்டேஷனில் இரண்டு கண்களில் ஒரு கண்ணுக்கு மாற்றாக ஆட்டுக்கண் பொருத்தப்பட்ட கிழவி மரக் கால் பொருத்தப்பட்ட ரகுபதியுடன் வசித்து வந்தாள். தாட்டியமாக பழுத்துத் தொங்கிய மார்புகளின் மேல் மூடிய சட்டையை ஊக்கு களால் பிணைத்திருந்தாள். கரும் பச்சையும் மரக்கலரும் கடல்நீலமும் கொண்ட மூன்று புடவைகள் வைத்திருந்தாள். ரகுபதியிடம் சண்டை போட்டுக்கொண்டுதான் புறநகர் ரயில் நிலையத்திற்கு வந்தாள். அந்த சாதாரண சண்டையால் அவள் அவனைவிட்டுப் பிரிந்து போவாள் என ரகுபதி சிறிதும் எதிர்பார்க்கவில்லை. அதிகமும் அடிக்கடி நிகழும் சண்டைபோல்தான் அன்று நிகழ்ந்த சண்டையும் என எண்ணியிருந்தான்.

கிழவி குடித்துவிட்டு உறங்கியபோது வழக்கம்போலவே அவளது சுருக்குப்பையில் சில்லரைக் காசுகளைத் திருடிச் சென்று குடித்து விட்டு வந்திருந்தான். விடிந்ததும் சுருக்குப் பையைப் பார்த்தவள் ஏமாற்றமடைந்து திட்ட ஆரம்பித்தாள். அதில் ஒன்றிரண்டு சில்லரை ஏதாகிலும் இருந்திருந்தால் அவள் அதிகமாகக் கத்தியிருக்கமாட்டாள். ரகுபதி அதிகமும் குடித்துவிட்டு வந்து போதை தெளியும்வரை கிழவியுடன் படுத்திருப்பான். சிலசமயம் உடலுறவு கொள்வான். அதனால்தான் கிழவி அவன்மீது கோபம் கொண்டாலும் சமாதான மாகி உறவை நீட்டித்து வந்தாள். பாதி இரவில் போதைத் தெளிந்ததும்

ரகுபதி அவளைவிட்டு எழுந்து சென்றுவிடுவது அவளால் சிறிதும் பொறுத்துக்கொள்ள முடியாதிருந்தது. ரகுபதியின் செயல்பாடுகளில் அதிருப்தியுற்று விழுப்புரம் ஜங்ஷனில் சிலநாள் கழித்தாள். அங்கு புதிய அமைப்புகள் எதுவும் கவராது போகவே மீண்டும் ரகுபதியி டமே வந்தாள். அவள் அன்று வழக்கமான திட்டுதான் திட்டுகிறாள் என்று ரகுபதி பேசாது படுத்திருந்தான். அவன் தலைக்கு வைத்துப் படுத்திருந்த மரக்காலை லேசாக காலால் தள்ளி "பொட்டலம் வாங்கிக் குடு" என்றாள். ரகுபதி நிதானமாக எழுந்து அவன் மடியில் வைத்திருந்த பொட்டலத்தைப் பிரித்து நாக்கினைத் தூக்கி விரல் பிடியில் எடுத்து அழுத்தி வாய்மூடி பிசுக்கென்று இடதுபக்கம் எச்சில் பீய்ச்சியபடி அவளிடம் மிச்சத்தை நீட்டினான். "முழுப் பொட்டலம் வாங்கிக் குடு" என்றாள். ரகுபதி அவளைப் பொருட் படுத்தாது முதுகைக் காட்டிக்கொண்டு ஒருக்களித்தான். சிறுக சிறுக சேர்த்து வைத்திருந்த ஆத்திரம் தீர எழுந்து மரக் காலை இடறிவிட் டாள். ரகுபதி அலட்சியமாக மல்லாந்து படுத்து, "எனக்குக் கெட்டக் கோவம் வரும்" என்றான். கிழவி அவன் மேல் குழைய குழைய எச்சில் உமிழ்ந்து 'தேவ்டியாப் பயலே' என்றாள். ரகுபதி எச்சிலைத் துடைத்த படி உந்தி எழ முயற்சித்தபோது கிழவி வேகமாகக் கிளம்பினாள். "ஏண்டிப் போற? கெழத் தேவிடியா . . ." என்றான். அவள் திரும்பி புடவையை இரு கையாலும் மழுப்பி மேலேத் தூக்கி உடலுறவு கொள்வதுபோல் முன்னும் பின்னும் ஆட்டிக்காட்டி, "போடா பொட்டத் தேவ்டியாப்பயலே" என்று கத்திவிட்டுச் சென்றாள். ரகுபதி மரக் காலை இரண்டு கெந்து கெந்தி எட்டி எடுத்து மாட்டிக் கொண்டு ரயில் நிலைய பெஞ்சில்போய் உட்கார்ந்து கொண்டான்.

4

கூரையாய் இரு பக்கமும் இரும்பு றெக்கை விரிக்கப்பட்ட ரயில் நிலையத்தில் கவலைகளை உடல்போல் தூக்கிக் கொண்டும் தீர்ந்து முடியாத வாழ் தண்டனைகளை இறக்கும்வரை சுமப்பவனாயும் அதிகமும் கடந்தகால நினைவுகளில் உறைந்த நிலையில் கூரை வெறித்து மல்லாந்திருந்தான் கிழவன். சில மழலைகளின் கொஞ்சல் களிலும் வீம்பு செய்யும் அழுகைகளிலும் உறைந்த நிலை மீண்டு சப்தம் வந்த திசையில் கூர்ந்து பார்ப்பான். குழந்தைகள் மறையும்வரை பார்த்துக் கொண்டிருப்பான். வெற்று வெளியில் தரையில் நீளும் தண்டவாளங்கள் தெரியும் தூரத்தில் பிறழ்ந்து அலையும் பிம்பங்கள் விரக்தியை வழங்கும். மீண்டும் தலைத் திருப்பி கூரை வெறிப்பில் ஆழ்ந்து விடுவான். கூரையில் ஒரு புள்ளியை கண்டு வைத்திருந்தான். அப்புள்ளிக்கும் அவன் கண்ணுக்கும் உருவமற்ற இழைத்தொடர்பு கிடைத்தவுடன் பரபரக்கும் உலகை கல்லாய் மதித்து விழித்த விழியோடு நிலைத்திருப்பான்.

நகர மக்களின் வேலை நாட்களில் வேலைக்குச் செல்லும் நேரங்களிலும் வீட்டுக்குத் திரும்பும் நேரங்களிலும் நெரிசலில்

வழி தவறிய சிறுவனைப்போல் அவனது தனிமையையும் பீதியையும் அதிகமாக உணர்ந்து கொண்டிருந்தான்.

ரயில்கள் ஓடி முடிந்த அகால இரவுகளிலும் அவன் மூளைக்குள் ரயில் சப்தம் ஓடிக்கொண்டிருந்தது.

விட்டுவிட்டுக் கூவிக்கொண்டு நடைமேடை அதிர மூச்சிரைத்துக் கொண்டு வரும் தொடர்வண்டியைப் பார்க்கும் ஆர்வம் கடைசிக் காலத்தில் முற்றிலுமாக வற்றிப்போயிருந்தது அவனுக்கு. பேரிரைச் சலுக்கு மத்தியில் அவன் பொருட்படுத்தத்தக்க நிகழ்வுகள் ஊன்று கோல்களை சப்தமெழுப்பி நடக்கும் விதவிதமான குருடர்களின் நடையோசைகளும் கைக்குட்டைகள் மற்றும் தையல் ஊசிகள் விற்கும் சிறுமிகளும் பிச்சைக்காகப் பாடப்படும் கடவுளைப்பற்றிய பாடல்களும்தான். அந்நிகழ்வுகள் அவனுக்கு விவரித்து சொல்ல இயலாத அனுபவ வெளியை பெருக்கிச் சென்று கொண்டிருந்தது. பாழ் நிலத்தை வெறிக்கும் ஒரு விவசாயி போல் எப்போதும் அவன் விழிகள் வெறுமையில் நிலைத்திருந்தன. அவன் தன் வாழ்விற்கான பொருட்களை ஒரு பழம் பையில் சுருட்டிப்பிடித்திருந்தான். சில்வர் தட்டு பாத்திமா கொடுத்தது என்றான். பாத்திமா யாரென்று கிழவி கேட்டபோது அவள் தன் மனைவி என்பதைச் சொன்னான். அவள் ஒரு பாவம் பிடித்தவள் என்றான்.

தனது இரண்டு குழந்தைகளுடன் அவனை விட்டுவிட்டு சென்ற தாக பலநேரம் அவளை சபித்துக் கொண்டிருந்தான். ரயில் நிலையத் திலும் பாதையோரத்திலும் மிகச்சிறிய ஆசைகளும் நம்பிக்கைகளும் கூட முற்றிலும் இற்றுப்போய்விட்ட நிலையில் எதற்காகவோ காத்தி ருப்பதுபோல் உட்கார்ந்திருந்தான்.

இயலாமை அவனை முழுதாக கவிழ்த்தி மூடியபின் உயிரைத் தக்க வைத்துக்கொள்ள அவன் அவனுக்குத் தெரியாமல் கையில் வைத்திருந்த உத்தி கையேந்துதல்தான். பிச்சை எடுப்பது பற்றி காலம் அவனுக்கு ஏற்கனவே போதித்து விட்டிருந்தது. போதித்த கணமும் பயின்ற நேரமும் மிகவும் சூட்சுமமான கணங்களாகும்.

இரைச்சல்களினூடாக முன் வாழ்வை அசைபோட்டபடி நிகழ் இருப்பில் 'குருமஹராஜ்' என்று கூப்பிடும் அக்குரல் உங்கள் இதயத்தை நேரிடையாகத் தொடும் சக்திபடைத்ததுதான். உங்களின் துரித நடையை தாமதமாக்கிவிடும் அல்லது தூரத்தில் சென்று திரும்பிப் பார்க்க வைத்துவிடும். 'குருமஹராஜ்' எனும் வார்த்தைத் தொடங்கி முடிக்கும் ஒவ்வொரு கணத்திற்குள்ளும் அவன் வாழ்வின் ஒட்டுமொத்த துக்கங்களையும் சொல்லிக் கொண்டிருந்தான். அல்லது குரல் ஒலிக்கும் ஒவ்வொரு முறையும் மீண்டும் மீண்டும் அவன் வாழ்க்கையை சொல்லிக்கொண்டிருந்தான்.

அக்குள்களின் இருபக்கமும் கட்டை வைத்து நடக்கும் கூடுவாஞ் சேரிக்காரன் வட்டிக்கு கடன் கொடுக்கின்றான்; இட்லிக்கடை ஜோதி மூலம். பிச்சை எடுத்த பணத்தை வைத்து வாழவும் தெரிய

வில்லை பிச்சை எடுக்கவும் தெரியவில்லை என்று அடிக்கடி கிழவனைப்பற்றி கிழவியிடம் பஞ்சாயத்துப் போட்டுக் கொண்டிருந் தான். கிழவி ஒரு பொறுப்புள்ள குடும்பத் தலைவி போல் ஆமாம் போட்டு நியாயம் கேட்டுக்கொண்டிருந்தாள்.

5

கிழவன் ரயில்நிலையம் வருமுன் வசித்து வந்த பகுதியின் அருகில் உள்ள பழைய பழுதடைந்த பூங்காவினுள் கழித்துக் கொண்டிருந்தான் பகல் பொழுதுகளை. சாந்தாவோ ராணியோ அவனை வீட்டுக்கு அழைத்து சோறும் ஆதரவும் கொடுத்துக் கொண்டிருந்தார்கள். அவர்கள் அவனின் பழைய குடிசைக்குக் கூப்பிட்டும் வலுக்கட்டாய மாக மறுத்துவிட்டான். பகலில் பூங்காவிலும் இரவில் நகர பரபரப்பு செத்துவிட்ட பின்னர் சாந்தாவின் குடிசை வாசலில் சோற்றுக்கடைத் தள்ளுவண்டியின் கீழும் படுத்துக்கொண்டிருந்தான். சாந்தா விழித்திருந்தால் சாப்பாடு போட்டுக்கொண்டு வந்து கொடுப்பாள். பாத்திமா சென்றுவிட்ட பிறகு அவனுக்கு வீட்டின் உபயோகப் பொருட்கள் யாவும் உபயோகமற்று போய்விட்டிருந்தன. அவைகளை ராணிக்கும் சாந்தாவுக்கும் பிரித்துக் கொடுத்து விட்டான். பாத்தி மாவை கிழவன் வாலிபத்தில் விரும்பித்தான் திருமணம் செய்து கொண்டான். குழந்தைகள் அவன் சாயலிலோ பாத்திமாவின் சாயலிலோ இல்லாதது பற்றி அவனுக்குள் இருந்த சந்தேகத்தை கிழவனின் பெண் சகாக்கள் கிளப்பிவிட்டுக் கொண்டிருந்தனர். இவர்களின் சிறு சிறு சண்டைகளின் போதெல்லாம் பாத்திமா கிழவனைக் கண்டு ஏமாந்து திருமணம் செய்து கொண்டதாக அழுதாள். கிழவன் அப்போது அடிக்கவும் செய்தான். கடைசியில் கிழவன் சந்தேகித்து நம்பிய நபருடனே அவள் கிளம்பிச் சென்றபோது அவனுக்கு வெறுப்பு மட்டுமே மிஞ்சியிருந்தது.

ராணி தனக்கோடியம்மாள் குறுக்கு சந்தில் வீட்டு வேலைகள் செய்து கொண்டிருந்தாள். காலையில் ஒயர்கூடையில் காலி பாத்திரங் கள் எடுத்துச் செல்வாள். துணி துவைத்தல், பத்துப் பாத்திரம் அலம் புதல், பளிங்குதரை துடைத்தல் காய்கறிகடை சில்லரை வேலைகள் முடித்து பழைய சாதம் பழைய குழம்பு மீந்த சிற்றுண்டிகள் போன்றவற்றை காலிப்பாத்திரங்களில் எடுத்துக்கொண்டு வருவாள். ஏதாவதொரு காரணத்தால் வீட்டு வேலை நிற்கும்போது பல மாதம் சாந்தாவோடு சேர்ந்துகொண்டு சாந்தாவின் சோற்றுக்கடை யில் வேலை செய்வாள். சிறு சிறு அர்த்தங்கள் கூட பொருந்தாத சண்டை மூளும்போது முறுக்கிக்கொண்டு பேசாதிருப்பார்கள் இருவரும். மூன்றாம் நாள் ஜோடிப்போட்டுக் கொண்டு சத்தமிட்டு பேசிச் சிரித்தபடி இரண்டாம் காட்சி சினிமாவுக்குச் செல்வார்கள். இதுபோன்ற சண்டைகள் இருவருக்கும் நீடிக்காது என தெரிந்தாலும் கிழவன் சிரித்துக்கொண்டு இருவருக்கும் சமாதானம் செய்ய வருவான். அந்த இரண்டு நாளும் இனி ஜென்மத்திற்கும் எங்களுக்குள்

உறவு கிடையாது என அடித்து சத்தியம் செய்வார்கள். அவர்கள் சண்டை போட்டு சேர்வதிலும் கிழவன் சமாதானம் செய்வதிலும் உறவின் சேர்க்கை பலப்படுவதும் நெகிழ்ச்சியுறுவதும் மூவருக்கும் மறைமுகமான சந்தோஷத்தை வழங்கிக் கொண்டிருந்தது.

6

பூங்காப்பொழுதுகளில் கிழவனின் கடைசி கூட்டாளிகள் கணேசுவும் மாரியும்தான். மாரியிடம் கூட அத்தனை ஒட்டுதல் கிடையாது. கணேசிடம்தான் பசி நிரம்பிய வயிறுடன் பழங்கதை பேசிக்கொண்டிருப்பான். காலை பத்துமணிக்கு மேல் பூங்காவினுள் நுழையும் கணேசு பூங்காவின் கடைசிக்கும் நுனிக்கும் அலைந்து எப்படியாவது ஒரு கசங்கிய தினசரியைத் தூக்கிக் கொண்டு வந்துவிடுவான். அதிகமும் பூங்காவில் யாராவது செய்தித்தாள் வாசித்து கீழ்விரித்து உறங்கி செய்தித்தாளை விட்டுச்செல்வது அவர்களுக்கு சௌகர்யமாக இருந்தது. கிழவன் எழுந்து உட்கார்ந்து கொள்ள பீடி பங்கிட்டுக் கொள்வார்கள். கிழவன் புகையை ஆழ உள்ளிழுத்து அடக்குவான். புகை கசிவதை கண்டுபிடிப்பது சவாலாக இருக்கும். கிழவன் கணேசுவை செய்தி படிக்கச் சொல்வான்.

கணேசு ஆயிரத்தெட்டு குளறுபடிகளோடு எப்போதோ காலாவதியாகிவிட்ட பழைய செய்திகளை சத்தம்போட்டு சுவாரஸ்யமாகப் படிப்பான். கிழவன் மிகவும் உன்னிப்பாகக் கேட்டுக் கொண்டிருப்பான். சில சமயங்களில் இருவரும் மாறி மாறி விவாதித்துக் கொள்வார்கள். அவர்கள் அதிகமும் விவாதித்துக் கொள்வது சிறு களவுகள், கள்ளச்சாராய சாவுகள், கற்பழிப்புகள், கள்ளக் காதல்கள் போன்றவை தாம். சில நேரம் செய்திகளின் சுவாரஸ்யப் போக்கில் மெய்மறந்து சத்தம்போட்டு சிரித்துக் கொள்வார்கள். வெய்யில் ஏறும்போது பூங்காவினுள் மிதக்கும் நிழலில் மனித நடமாட்டங்கள் அயரும்போது இருவரும் பேசிக் களைப்பார்கள். செய்தித்தாளை புல்தரையில் விரித்து படுத்துக்கொள்வார்கள்.

கிழவன் அவன் வாழ்வில் எந்த வேலையையும் உறுதியாகப் பற்றிக்கொண்டு செய்தது கிடையாது. அவன் வாழ்நாளில் அதிகம் செய்த வேலையாக கிணறு தூர்வாரும் வேலையைத்தான் சொல்ல முடியும். கிடைக்கும் வேலைகளை செய்வதும் வேலையின்மையில் விரும்பிக் கிடப்பதுமாக இருந்தான். கிழவனின் அனைத்துப் பழங்கதைகளிலும் சாப்பாடு குடி இரண்டும் இருக்கும். பசி நேரத்தில் அதை விலாவாரியாகச் சொல்வான். அதன் மூலம் உணவு ரீதியான ஆனந்தத்தை கற்பனையாகச் சுவைத்துப்பார்த்துக் கொண்டிருந்தான். கிழவன் உண்டதாய் சொல்லும் பண்டங்களை தானும் உண்டது போல் உற்சாகமூட்டியபடியும் தானும் உற்சாகமடைந்தபடியும் கேட்டுக்கொண்டிருப்பான் கணேசு.

உச்சி வெய்யில் கடந்த பிறகு கைரிக்ஷா இழுக்கும் மாரியப்பன் பூங்காவிற்கு வந்து கிழவனையும் கணேசுவையும் எழுப்பி அழைத்துக்

என் வீட்டின் வரைபடம் .85.

கொண்டு பூங்காவின் பின்னிருக்கும் சந்துக்குச் செல்வான். திரும்பி வரும்போது திருப்தியாய் இருக்கும் அவர்களின் முகங்கள். பீடி புகைத்தபடி காலையில் படிக்கப்பட்ட சமாச்சாரங்களை பேசுவார்கள் மர நிழலில் மல்லாந்து படுத்தபடி. இவர்கள் அதை ஆரம்பிக்கவில்லையென்றாலும் "என்ன சேதி?" என்று நேரிலே கேட்டுத் துவக்கி வைப்பான். கிழவனும் கணேசுவும் படித்து முடித்த செய்திகளை நேரில் நின்று பார்த்தவர்கள் போல் கூறுவார்கள். காலம் கெட்டுப் போச்சி என்பான் மாரி. அவன் அனைவரிடமும் இதை சொல்லிக் கொண்டேயிருந்தான். பிறகு மூவரும் படுத்துத் தூங்கத் தொடங்கிவிடுவார்கள். கோழித்தூக்கம்தான். யாராவது முனகிக் கொண்டு புரளும் போதும் சிறுநீர்விட எழும்போதும் படுத்தவாக்கிலே பேச்சு நீளும். வாய் ஓய்ந்து அயர்ச்சி தட்டும். கண்ணை மூடிக்கொண்டு கிடப்பார்கள். மூவரில் மாரிதான் குடல்வெளிவருவது போல் இருமி சளித்துப்ப எழுவான். ஒரு பீடி மூன்று வாய்களில் சுற்றி வரும். இருளும் வரை படுத்துக் கிடப்பார்கள். பின்பு சந்துக்குச் சென்று ஸ்பெஷல் டீ சாப்பிட்டுவிட்டு நிதானத்துடன் பிரிந்து போவார்கள்.

7

சாந்தா கேட்டுக்கொண்டபடி பல மாதங்கள் சாந்தாவின் சோற்றுக் கடையில் ஒத்தாசை வேலைகள் செய்துகொண்டிருந்தான் கிழவன். சாப்பிடும் தட்டுக்களில் சாப்பாடு போடுவதற்கு பாலித்தீன் தாள்கள் பரப்பிவைத்துத் தருவது, எல்லாத் தட்டுக்களும் எச்சில் தட்டுக்களாகுமுன் தாள்களைப் பிரித்து தட்டை நீரில் முக்கி எடுத்து வருவது, சில நேரங்களில் கணக்கு சொல்வது, காலையில் சாந்தாவுடன் காய்கறிச்சந்தைக்குச் செல்வது, வேலை முடிந்து சாந்தா உடலைக் கவிழ்த்தி சாய்த்தபடி தள்ளுவண்டியை உந்தித்தள்ள முன்னால் சென்றபடி டிராபிக் பார்ப்பதுவரை அவனால் முடிந்த அனைத்து ஒத்தாசை வேலைகளையும் செய்து கொண்டிருந்தான். சாந்தாவுக்கும் இது பெரிய உதவியாகவே இருந்தது. கிழவனைத் தவிர்த்து கணேசுவும் மாரியும் நெருங்கிய சினேகிதர்களாகி விட்டிருந்தார்கள். அப்படி யிருந்தும் கணேசு எப்போதாவது ஸ்பெஷல் டீ குடிக்க வந்து கூப்பிடுவான். கிழவன் பிடிவாதமாக மறுத்து விடுவான். கணேசிடம் கிழவன் ஏதோ ஒரு நேர்மையை எதிர்பார்த்தது போலவும் கணேசு அதைத் தவறவிட்டது போலவும் இருந்தது அது.

அன்று ஆட்டோக்காரன் ஒருவன் குழம்பில் தேங்காய் சிக்கு வாடை அடிக்கிறது என்றான். சாந்தா தேங்காய் எண்ணையில் தாளித்துவிட்டதாக சமாளித்தாள். ஆட்டோக்காரன் மேலும் மேலும் கேள்விகளைக் கேட்டுக்கொண்டிருந்தான். "காசு குடுக்குறோம் கொழம்பு நல்லாருக்கணும்ல" என்றான். "தெனம் வந்து சாப்பிடறீங்க. இந்த மாதிரியா இருந்திச்சி? இன்னைக்கி ஒரு நாள் தவறிடுச்சி" என்றான் கிழவன். "அப்ப இன்னைக்கி காசு வாங்காதீங்க" என்றான்

அவன். "இந்தாங்க, இஷ்டமிருந்தா சாப்பிடுங்க. இல்லண்ணா எடத்த காலிபண்ணுங்க. வர்றவங்க எல்லாரையும் என்னுமோ ஏதோன்னு சாப்பிடாம தொரத்திடுவீங்க போலருக்கு" என்றாள் சாந்தா. அதற்குள் வேறொருவன் குறுக்கிட்டு என்னப் பிரச்சினை என்றான். "அது ஒண்ணுமில்லீங்க. தேங்கா போட்டோம். அது கொஞ்சம் அழுவிப்போயிருந்திருக்கு. தெரில" என்றான் கிழவன்.

சாந்தா கிழவனை முறைத்தாள்.

"பெரிய அரிச்சந்திரங் இவுரு ... போய்யா அந்தப்பக்கம்" என்றாள் சாந்தா. "வவுத்தில மண்ணள்ளி போட்டுருவ போலருக்கு."

கிழவன் சப்பென்றுணர்ந்தான்.

வேலை முடிந்து வண்டிக்கு டிராபிக் பார்த்து வீட்டில் விட்டு விட்டு பூங்காவில் வந்து படுத்துக்கொண்டான்.

விடிந்து சாந்தா கிழவனைத்தேடி காணாது ராணியிடம் பஞ்சாயத்து வைத்தாள். "பெருசு வந்திடும்" என்று ராணி சமாதானம் கூறிக்கொண்டிருந்தாள்.

வெகு மாதங்களுக்குப்பின் திருச்சி பேருந்துநிலையத்தில் லாட்டரி சீட்டுக்கடை அருகில் பிச்சை எடுத்துக் கொண்டிருந்த கிழவனை பார்த்தபோது ராணி பொறுக்கமுடியாது வாய் விட்டு அழுது கிழவனைத் திட்டினாள். பாழடைந்த பொருள் போல் உட்கார்ந் திருந்தான் கிழவன். அவள் வீட்டு வேலை செய்துகொண்டிருந்த வீட்டுப்பெண்ணை இங்குதான் கட்டிக் கொடுத்திருப்பதாகவும் பெண் குடும்பம் பிடித்து பழகும்வரை ஒத்தாசைக்கும் பகல்துணைக் கும் இருப்பதற்காக அனுப்பி வைத்திருக்கிறார்கள் என்றும் கூறினாள். சாந்தாவைப் பற்றி விசாரித்தான். சாந்தா அவன் காணாமல் போனதற்கு வருத்தப்பட்டது பற்றிச் சொன்னாள். ராணியை ஏன் பார்த்தோம் என்றிருந்ததுபோக பார்த்தோமே என சந்தோஷம் தொற்றிக்கொண்டது கிழவனுக்கு. ராணி அவனைக் கிளம்பிச் சென்று சாந்தாவைப் பார்க்கச் சொன்னாள். அன்றிரவு அவனைத் தன் இருப்பிடத்திற்கு அழைத்துச் செல்லும் தர்ம சங்கடம் பற்றி அவள் ஆரம்பித்தபோது கிழவன் சாந்தாவைப் பார்க்க புறப்பட்டுப் போகப் போவதாகச் சொன்னான்.

8

கிழவி தனியாக வந்துவிட்ட பின்னர் கிடைக்கும் சில்லரைத் தொகைகளை குடித்துவிட்டு சூழல் நேரும் ரயில் நிலையங்களில் மூர்க்கமாகத் தூங்கிக்கொண்டிருந்தாள். கிழவனின் தனிமை ரகுபதி யிடம் சண்டை போட்டுக்கொண்டுவந்த கிழவியால் தீர்ந்துபோனது போல் ஒரு பெரிய தோற்றத்தை உண்டு செய்திருந்தது. கிழவியை கிழவனுக்கும் கிழவனை கிழவிக்கும் முன்பே தெரிந்திருந்தது, உருவ அளவில். கிழவனுக்கு அவளைப் பற்றிய சில உதிரித்தகவல்களும்

தெரிந்திருந்தன. அதிகாலையில் ரயிலுக்கு வந்தவர்கள் கிழவியைப் பார்த்தபடி விலகி கடந்து சென்று கொண்டிருந்தார்கள். அவள் கீழுடம்பில் துணி விலகி கிடக்க தூங்கிக் கொண்டிருந்தாள். திருட்டு விழிகளுடன் சென்றுகொண்டிருந்த நபர்களில் யாரும் முன்வராத போது கடந்து சென்ற கிழவன்தான் அவள் துணிகளை சரி செய்து விட்டுப் போனான். மறுமுறை அவளைப் பார்த்தபோது அவளின் மூர்க்கமான தூக்கத்தைப் பற்றியும் துணி விலகிக் கிடந்தது பற்றியும் கூறினான். அதை அவள் தலையாட்டிக் கேட்டுக்கொண்டபடி தான் அத்தனை அலங்கோலமாக தூங்க மாட்டேன் என்றும் இந்தப் பகுதியில் சில நபர்கள் ரிக்ஷாக்காரர்கள் இருக்கிறார்கள், அவர்கள் வேலையாகத்தானிருக்கும் என்றும் கூறி துணி விலக்கிச் சென்றவனை குருட்டாம் போக்காக திட்டிக்கொண்டிருந்தாள்.

கிழவன் வசிக்கும் பிராந்தியத்தில் சில்லரைகள் அதிகமாக கிடைக் காதது ஒரு மனக்குறையாக இருந்தாலும் கிழவனோடு இருக்கப் பிரியப்பட்டதன் அடையாளமாய் அவளின் சில்லரையில் தேனீர் வாங்கித் தருவதும் சமயத்தில் பொட்டலம் வாங்கித் தருவதுமாய் இருந்தாள். கிழவனும் இத்தனைக் காலமும் இவளுக்காகக் காத்திருந்தது போல் ஒட்டிக்கொண்டான். ரயில் நிலையத்திற்கு விடுமுறை விட்டது போல் வெறிச்சோடிப் போகும் ஞாயிற்றுக் கிழமை காலை நேரங் களில் வேட்டியையும் புடவையையும் ரயில்பாதை அருகில் காவி படிந்த கருங்கல் ஜல்லிகளின் மேல் உலரவைத்துவிட்டு மாடுகள் தின்றுவிடாதபடி இருவரும் காவல் காத்துக்கொண்டு படியும் வெய்யலை வாங்கியபடி பேசிக்கொண்டிருப்பார்கள். கிழவி கடைசிக் காலத்தில் தனக்கு ஒரு நல்ல துணை கிடைத்துவிட்டதாகச் சொன் னாள். கிழவனும் அதையேத் திருப்பிச் சொன்னான்.

9

கிழவனும் கிழவியும் கடைசியாய் வெளியேற்றப்பட்ட கீற்றுக் குடிசை இன்னும் காலியாகத்தான் இருந்தது. அந்தக் குடிசை மூங்கில் பிளாச்சுகளால் கூடை முடையும் ஒரு கிழவனுடையது. அவனுடன் இரண்டு பெண்கள் பேரப்பிள்ளைகள் வடிவத்தில் தங்கியிருந்தார்கள். அவன் பகலில் கூடை முடைவான். பெண்கள் இருவரும் நன்றாக உறங்குவார்கள். அவன் ஒரு வானொலிப்பெட்டி வைத்திருந்தான். அது ஓய்வில்லாமல் வெவ்வேறு மொழிகளில் பாடிக்கொண்டும் பேசிக்கொண்டும் இருக்கும். அவன் கூடை முடையும் எண்ணிக்கை குறைவாகவும் வாங்கும் ஆட்கள் போல் உலவும் நபர்களின் எண் ணிக்கை அதிகமாகவும் இருந்தது. சந்தேகிக்கப்பட்ட ஒரு நாளில் அவனைப் போலிஸ்காரர்கள் வந்து கூட்டிச் சென்றார்கள். வீட்டின் முன்புறம் அடுக்கியிருந்த டயர்களை புரட்டிப் போட்டதில் வெள்ளை நிற பிளாஸ்டிக் கேனில் சாராயம் கண்டு பிடித்தார்கள். பெண்களைப் பற்றிக் கேட்டபோது அவர்களைப்பற்றி முழு விபரம் தெரியாது

என்று விட்டான். அப்பெண்கள் முன்ன தாகவே வானொலிப் பெட்டியுடன் அவ்விடத்தைக் காலி செய்திருந்தார்கள். இரு புடவை களும் நவீன ஜோடி உள் கச்சைகளும் பழைய செருப்புகளும்தான் இருந்தன.

கிழவனும் கிழவியும் மிக நெருங்கிய அக்காலத்தில் அக்குடிசையில் தங்கிக்கொண்டார்கள். செருப்பு தைக்கும் தொழிலாளி ஒருவன் அன்று சாயங்காலமாய் வந்து அதுவரை அக்குடிசையை அவன்தான் பாதுகாத்து வந்ததாகவும் வாடகை வேண்டுமென்றும் கேட்டான். அன்றிரவு அவனுடன் சேர்ந்துகொண்டு கிழவியும் கிழவனும் பிராந்தி குடித்தபோது அவன் உணர்ச்சி வசப்பட்டு வாடகையை ரத்து செய்துவிட்டதாக அறிவித்தான். மறுநாள் கிழவன் எங்கோ சென்று சவரம் செய்துகொண்டு வந்தான். கிழவி மிகுந்த சந்தோஷம் கொண்டாள். சவரம் செய்துவிட்ட பிறகு அவனுக்குள் இருந்த ஏதோ ஒரு பிரகாசம் பிச்சைக்காரர்களிடமிருந்து அவனை விலக்கிக் காட்டிக் கொண்டிருந்தது. தாடி இல்லாத அவன் யாரோ போல இருந்தான்.

இருவரும் ஜோடியாக சேர்ந்து பிச்சையெடுக்கத் தொடங்கினார் கள். கிழவி சில சமயம் ரயிலில் ஏசு கிறிஸ்து பாடல் பாடிக்கொண்டு சென்றாள். கிழவன் பேசாமல் அவளைப் பின்தொடர்ந்து கொண்டி ருந்தான். கிண்டியிலும் சைதாப்பேட்டையிலும் கிழவியின் பழைய சகாக்கள் இருந்தார்கள். கிழவி அவர்களை சந்திப்பதைத் தவிர்த்து வந்தாள்.

இரவுகளும் பகல்களும் சென்று கொண்டிருந்தன. கிழவன் வாரத் திற்கொருமுறை தவறாமல் சவரம் செய்து கொண்டான். கிழவி அருகிலுள்ள நெஞ்சக நோய் மருத்துவமனை வளாகத்திலுள்ள காட்டுப்பகுதியில் சுள்ளிகள் பொறுக்கிவந்து உணக்கையாக காரக் குழம்பும் கருவாடும் செய்தாள் அதிகமும். அவளுக்கு கவிச்சி இல்லாது முடியாதென்றாள்.

ஒரு நாளிரவில் கூடை முடையும் கிழவன் தண்டனை முடிந்து குடிபோதையுடன் இரவில் வந்து கத்தினான். அருகிலுள்ள குடிசை வாசிகள் தெருவில் நின்று நியாயம்பேசி கூடைமுடையும் கிழவ னுக்குப் பாத்தியமான வீட்டைக் கொடுத்துவிடும்படி கூறினார்கள். இரவோடு இரவாக கிழவியை அழைத்துக் கொண்டு ரயில் நிலையக் கொட்டகைக்கு வந்தான். விளக்குகள் ஒளிரும் நடைமேடையில் உட்கார்ந்தபடி எதிரில் எழுந்து நிற்கும் இருளையும் அகாலத்தில் மூர்க்கமான வேகத்திலோடும் ரயிலையும் விசனத்துடன் பார்த்துக் கொண்டு உட்கார்ந்திருந்தார்கள்.

கிழவி தினமும் வெளியில் சென்று வருவதாக கூறிச்சென்றாள். பகலில் இருபக்க நடைமேடைகளிலும் வெய்யிலுக்கு ஏற்றபடி இருப்பை வைத்துக்கொண்டிருந்தான். மீண்டும் தன்னை அனாதிப் பொழுதுகள் சூழ்ந்துவிடுமோ என ஞீஅஞ்சிக்கொண்டிருந்தான்.

சாயந்திரம் வரும் கிழவி நல்ல கிளுகிளுப்பான போதையோடு இருப்பதை கவனித்துக் கொண்டிருந்தான்.

கிழவனை சமாதானப்படுத்தும் பொருட்டு கிழவி தினமும் என்னென்னவோ பேசிக்கொண்டிருந்தாள். இரவு வந்தபோது பொட்டலம் பிரித்துக்கொடுத்து தானும் இட்டுக் கொண்டாள். வெறுமனே இரும்புத் தூணில் சாய்ந்து படுத்தவனுக்கு அருகில் அவளும் படுத்துக்கொண்டாள். மௌனப்படம் போல் சப்தங்கள் அவன் காதுகளை எட்டாமல் ரயில்கள் ஓடிக்கொண்டிருந்தன. ரயிலில் இருந்து இறங்கிச் சென்றவர்களின் பெரும்பாலான கூட்டம் சென்றுவிட்ட பிறகு அடுத்த ரயில் வரும் இடைவெளியிலும் கிழவனிடம் நெருங்கிப் படுத்தாள். கிழவி சரியான போதையில் இருப்பதாக கிழவன் யூகித்துக் கொண்டான். கிழவி அவன் முன்பு போல் அவளிடம் பேசாதது குறித்து ஊடலுடன் கேட்டுக்கொண்டிருந்தாள்.

கிழவன் சிறிது நேரத்திற்குப் பிறகு எழுந்து மலம் இருக்கச் செல்வதாக கூறிவிட்டு ரயில் நிறுத்த எல்லை தாண்டி சென்று கொண்டிருந்தான்.

கிழவி சிறிது நேரம் கழித்து அவனைப்பின் தொடர்ந்து சென்றாள். சுற்றிலும் இருள் பிராந்தியமாக இருந்தது. விளக்குகள் காடுகளின் இடைவழிப் புள்ளிகளாய் மின்னிக்கொண்டிருந்தன. அவனிடம் சென்ற அவள் ஒரு யுவதிபோல் பேசினாள். அவள் உண்மையிலேயே தன்மேல் பிரியமாகத்தான் இருக்கிறாள் என்று புன்னகைத்தபடி அவள் பேசுவதை கேட்டுக்கொண்டபடி நின்றுகொண்டிருந்தான்.

கிழவி திடீரென எதுவும் சொல்லாமல் கிழவனை விடுத்து விடுவிடுவென நடந்தோடினாள். கிழவன் புரியாமல் திகைத்துத் திரும்பியபோது அவன் இருந்த பகுதிக்கு டார்ச்லைட் அடித்தபடி இருவர் கருங்கற்களின் மீது பூட்ஸ்கால்கள் மிதிபடும் நறநறத்த ஓசையுடன் வந்துவிட்டிருந்தார்கள். வந்தவர்கள் கிழவனின் முகத்தில் பாயும் வெளிச்சத்தை அடித்தார்கள். கிழவன் கண்களை புறங் கையால் மறைத்தபடி ஒளியை மறித்தான். கிழவனை அவர்கள் 'வா' என கூட்டிச்செல்ல எத்தனித்தபோது அவன் தான் மலமிருக்க வில்லை என்று கூறினான். ஒருவன் கிழவனின் பிருட்ட பக்கத்தில் வேட்டியைத் தூக்கி பிருட்டத்தில் ஒளியைப் பாய்ச்சினான். கிழவன் அதீத கூச்சத்தில் நெளிந்தான். கிழவனுக்கும் நேரெதிரில் ஒருவனை ரயில்வே காவலர்கள் அடித்தார்கள். அவன் அழுதான்.

"யூரின் போனாலே நூறு ரூபா ஃபைன் கட்டணும்னு தெரியாதா?"

மிரட்டியபடி கூட்டிச்சென்றார்கள். கிழவன் கம்மென்று அவர்களு டன் நடந்தான். தான் ஒரு பிச்சைக்காரன் என்று கூறினான். ஆமாம் ஆமாம் சவரம் செய்து ஜோராய் இருக்கும் பிச்சைக்காரன் என்று அருகில் உள்ளவனிடம் கண்ணடித்து சிரித்தான் ஒரு போலிஸ்காரன்.

10

கிழவனுக்கும் மிகச்சிறிய தொலைவில் செழித்திருந்த வறண்ட நிலத்தாவரங்களுடன் இரு பக்கமும் நீளும் அகல ரயில்பாதையில் ரயில் கடக்கையில் பூமியின் அதிர்வுகளையும் வலிகளையும் துடிப்பையும் எந்த மனிதனை விடவும் அவன் அதிகமாகக் கேட்டுக் கொண்டிருந்தான். இத்தனை நாளும் முகங்களாலும் முகங்களின் வழி விழும் சில்லரைகளாலும் மனித மனத்தை துருவிச் சென்று கொண்டிருந்த அவன் பார்வை இன்று முகம் மூடியபின் விழும் சில்லரைகளின் ஒலிகள் மூலம் சில்லரைகளின் பின்னிருக்கும் முகங்களைத்தேடி எழ முடியாத மரண அவஸ்தையில் களைப்படைந்து விட்டிருந்தது.

சில்லரைகள் மண்ணில் விழும் நுணுக்கமான ஒலி அவனுள் ஒவ்வொரு முறையும் அதிர்ந்து கொண்டிருந்தது. சில்லரைகளை எடுப்பதற்கு அவனுக்குள் ஆர்வங்கள் எழுந்தும் அவனை யாரோ பலமாக கை கால்கள் பிரிக்க இயலாத நிலையில் கட்டிப்போட்டு விட்டதுபோல் உணர்ந்து கொண்டிருந்தான். இரண்டு மூன்றுமுறை முனகிப்பார்த்தும் பலனில்லாமல் விட்டுவிட்டான். வெவ்வேறு விதமான காலடி சப்தங்கள் காலணி இழைவுகள் வாகன அதிர்வுகள் என பூமியில் காது அழுந்தி கிடக்க கிழவனைச் சுற்றிலும் வழக்கத்திற்கு மாறான சில்லரைகள் விழுந்து கிடந்தன.

வெப்.உலகம்.காம், ஏப்ரல் 2002

உருவங்களின் ரகசியம்

ஒற்றைப் பெண்பிள்ளையை விட்டுவிட்டு அவள் அப்பன் அரசன் பிழைப்புக்காக வேலை தேடி வெளியூர் சென்று வருடங்களாகிறது. ஊர் திரும்பாமலிருக்கும் அவனைப்பற்றி செய்திகள் மட்டும் ஊருக்குள் வந்து கொண்டிருந்தது. கொளஞ்சியை சிறுவயதிலிருந்தே அவளின் சின்னாத்தாள் அழகம்மாள்தான் பார்த்துக் கொண்டிருக்கிறாள். அவளுக்கும் வேறு ஆதரவு கிடையாது. மீசைக்காரர் வீட்டில் பொழுதுக்கும் அடிமை வேலை செய்து, இரவானால் வீடடைவாள். மீசைக்காரர் குடும்பத்துக்கு தன் உயிரை உழைப்பாக்கி கொட்டிக் கொண்டிருந்தாள். அவர்கள் இரண்டு வேளை சோறும் விழாக்காலங்களில் உடுப்பும் எடுத்துக் கொடுத்தார்கள். உடலெல்லாம் பல்லாய் வாங்கிக் கட்டிக் கொண்டாள்.

கொளஞ்சிக்கு படிப்பு ஏறவில்லை. சோற்றுத்தட்டை பையில் வைத்துக்கொண்டு பிள்ளைகளோடு பிள்ளையாய் பள்ளிக்கூடம் போனாள்; திரும்பி வந்தாள். தினம் தினம் வகுப்பில் உதையும் அவமானமும் கிடைத்தன. சோற்றுக்காக பள்ளிக்கூடம் போய் வந்தாள். வாத்தியார் அடித்த அடி சூத்தாம்பட்டை பிரம்பு கனத்திற்கு வீங்கி குப்புறடித்துக்கிடந்தாள் வீட்டில். அழகம்மாள் வாத்தியாரை நடுரோட்டில் வைத்து திட்டித் தீர்த்தாள். அவளின் நோட்டுப் புத்தகப் பை சுவரில் அடித்த ஆணியில் கேட்பாரற்று உறையத் தொடங்கியது.

அரசன் சிறுவயதிலிருந்து மேளம் அடிப்பவர்கள் கூடவே திரிந்துகொண்டிருந்தான். மேளம் தூக்கவும் சாராயம் வாங்கி வரவும் மேளக்காரர்களுக்கு உபயோகப்பட்டான். சமயங்களில் போதை முற்றிய பின் இழவு வீடுகளில் மேள சப்தத்தை ஒப்பேற்ற அவனைத் தட்டச் சொன்னார்கள். அவன் உயிரைக் கொடுத்து, 'தொம் தொம்' எனத் தட்டிக் கொண்டிருந்தான். கைவாகு வரவில்லை. பானையிலும் கதவிலும் ஜோராகத் தாளம் போடும் அவனுக்கு மேளத்தில் சொல் கூடிவரவில்லை. விரல்களைப் புரட்டி

சுருட்டி கும் கும்மென குத்தி மேளத்திடம் கேட்டுக் கொண்டிருந்தான் தாளம் வராத காரணத்தினை.

கட்டையர் தாத்தா நாதஸ்வரம் சொல்லிக் கொடுத்தார். பிடி கொள்ளவில்லை. தவிலில்தான் முட்டிக்கொண்டு நின்றான். 'கழுத போகுது. சொல்லிக்கொடுத்து தொலை' என்றார் கட்டையர் தாத்தா. சம்பிரதாயமாக அரும்பு மீசையை மழித்துக் கொண்டு வந்து நின்றான். 'மீசை மழித்ததற்காகவே உனக்கு தவில் சொல்லித் தரவேண்டும்' என்றான் தவில்காரன் கணேசன்.

கணேசனின் சிஷ்யனாக மேளத்தைத் தூக்கிக்கொண்டு கணேசன் குரூப்பின் நிழலாய்க் கிடந்தான். நோஞ்சான் உடம்பு. தோளில் தூக்கி மாட்டி வாசிக்கத் திராணியற்று கோணிக்கொண்டு நின்றான். எல்லோரும் சிரித்தார்கள். அவர்களோடு அரசனும் சிரித்தான். மேளக்குச்சும் கழியும் பிடிக்க விரல் வளைத்து பழகிக்கொடுத்தான் கணேசன்.

கணேசனுக்குத் துணை மேளமாய் இழவு வீடுகளில் வாசிக்கத் தொடங்கினான். ஹர்லிங் முடி வளர்த்தான், தேங்காய் எண்ணெய் தடவி. மேளச் சப்தத்தை ஊர் கேட்டுக்கொண்டிருந்தது. காரியம் முடிந்து ஊர் திரும்பும் நாட்களில் ஓய்வில்லாமல் தவிலைத் தட்டிக் கிடந்தான். பகலில் தூங்கும் மேளக்கார குரூப் அவனைத் துரத்தியது. மேளத்தைத் தூக்கிக்கொண்டு ஓடினான். மேளம் மேலும் மேலும் பல தாளங்களை இசைந்து கொடுக்கத் தொடங்கியது. தாளம் பிடி கொடுப்பதை கணேசன் தூரத்திலிருந்து ரசித்துக் கொண்டிருந்தான்.

வயிசுக்கு வந்து அறை வீட்டிலிருந்து அரசனின் மேளச் சப்தத்தில் தான் வெளிக் கிளம்பினாள் வசந்தா. பதினாறு நாட்கள் வெயில் படாத வசந்தாவின் முகத்தைப் பார்த்துக் கொண்டிருந்தான் அரசன். அவனது ஹர்லிங் முடி நெளி நெளியாய் வஞ்சனையற்று வளர்ந்து கிடந்தது. மேளம் தாங்கி நிற்கும் தோரணையும் துடித்து அடிக்கையில் குலுங்கும் சுருள் முடியும் வசந்தாவை பார்த்துக்கொண்டிருக்க வைத்தன. முகம் மாசு மருவற்று, பூனை மயிர் பளபளத்தது அவள் காதோரங்களில்.

அரசன் தாளங்களின் வழி தன் காதலை வாசித்துக்கொண்டிருந் தான். வசந்தா தூது போவதற்குத் தோதான ஆட்கள் தேடிக் கொண்டிருந்தாள்.

கணேசனுக்கு அரசனின் விருப்பம் தெரிந்து கட்டையர் தாத்தா விடம் சொன்னான். நாதஸ்வரத்தை ரிப்பேர் செய்தபடி யோசனை செய்தார் கட்டையர் தாத்தா.

வசந்தாவின் வயிற்றில் கொளஞ்சி இருந்தபோது அவள் கேட்டறி யாத ஊர்களுக்கு மேளம் வாசிக்கச் சென்றான் அரசன். ஒருக்க ளித்துப் படுத்தபடி சிம்னியின் திரியைத் தூண்டிக் கொண்டே கூரைவீட்டில் காத்துக்கிடந்தாள். காகிதம் சுருட்டி அடைக்கப்பட்ட மண்ணெண்ணெய் சீசாவில் மண்ணெண்ணெய் தீர்ந்துகொண்டு

வந்தது. விடிந்த பிறகு அவள் மண்ணெண்ணெய் வாங்க கடன் கேட்டுக்கொண்டிருந்தாள்.

சிறுவயசு கர்ப்பம். மெல்லிய உடலில் வயிறு தள்ளிக்கொண்டு சிரமமாக மூச்சு விட்டாள். அவளுக்கு சிரமமெல்லாம் அரசன் அருகிலிருந்தால் பறந்து விடும். தரையில் கால் பாவாமல் பார்த்துக் கொள்வான். எல்லோரும் அவளுக்கு ஆறுதல் சொன்னார்கள். அவளின் ஆறுதலுக்காக அரசனைத் திட்டினார்கள். 'புள்ளத்தாச்சிப் பொம்பள' என்று துணைக்குப் படுத்துக்கொண்டாள் கட்டையர் தாத்தா மனைவி. அவள் நாதஸ்வரக்காரனைக் கட்டி ஆண்டு அனுபவித்தவள். தூக்கம் வராமல் கதைகள் சொல்லிக்கொண்டு கிடந்தாள். கதைகளைக் கேட்டபடி வீடு விழித்திருந்தது. 'அவனுங் களுக்கு என்ன இருக்கு சொல்லு பாப்போம்? நாலு வூட்டு சோறு. ஒரு வீட்டுத் திண்ணை' என்றாள் கிழவி.

அரசன் ஊரைத் தேடிக்கொண்டு வந்தான். குழந்தை வசந்தாவை வார்த்ததுபோல் இருந்தது. கொளஞ்சி என்று கூப்பிட்டார்கள். வசந்தா வின் தங்கை அழகம்மாள் பிரசவம் பார்க்க வந்திருந்தாள். சிறுவயதுப் பிரசவம் பிரச்சனைதான் என்றபடியே முடிந்து விட்டிருந்தது.

வேலைக்குச் செல்லாத தவில், திண்ணை மூலையில் ரோஸ் கலர் துணியால் மூடிக் கிடந்தது. அரசன் பொழுதுக்கும் புளிய மரத்தடியில் கயிற்றுக் கட்டிலில் அசையும் பிணம் போல் வானம் வெறித்துக் கிடந்தான். கிளைகளைத் தாண்டித் தெரியும் வானம் அவனுக்கு எதையோ சொல்லிக்கொண்டிருந்தது. பாக்கு வைத்து அழைத்தார்கள் அரசனை. தவிலைத் தொடுவதில்லை என்றான். அழகம்மாள் பனைவோலைக் குடிசை முகப்பிலிருந்து அவனுக்குப் பாதி முகம் தெரிய, 'வேல வித்து பார்த்தாதாங் இருக்கிறத காபந்து பண்ண முடியும்' என்றாள். வந்தவர்கள் கோவில் அழைப்பிதழையும் முன் பணத்தையும் அழகம்மாளிடம் கொடுத்துச் சென்றார்கள். அழகம் மாள் முந்தியில் வாங்கிக் கொண்டாள். குழந்தையை காபந்து பண்ண வேண்டிய பொறுப்பு அவளுக்கு இருந்தது.

அரசன் வேலைக்குச் சென்றான்; மேளத்தைத் தூக்கிக் கொண்டு. அழகம்மாள் பிள்ளையைப் பார்த்துக் கொண்டாள்.

சாவு வீடுகளில் அரசன் மூர்க்கமாக வாசித்துக்கொண்டிருந்தான். சாராய டப்பாக்கள் அவனிடம் திணறி விழுந்தன. போதையையும் பலத்தையும் தாளக் குச்சிகளுக்குள் செலுத்திக்கொண்டிருந்தான். கண்கள் ரத்தமாய் மின்ன மின்ன குடித்துக் குடித்து வாசித்துக்கொண் டிருந்தான். ஆட்டக்காரர்கள் சக்தியிழந்து அவன் கைகளைப் பற்றி தாளத்தை நிறுத்தினார்கள். சரஞ்சரமாய் தொங்கும் முடியினை தலை சொடுக்கி வாரிப் போட்டுக்கொண்டு சிரித்தான்.

சேலத்தில் குரூப் மேளத்திற்கு நபராய் சென்ற அரசன் ராசாத் தியைக் கூட்டிக்கொண்டு வந்தான். ஊர் வேடிக்கை பார்த்தது. அழகம்மாள் பிள்ளையைத் தூக்கிக்கொண்டு தனிவீடு சென்று

விட்டாள். அரசன் ராசாத்தியின் மழமழப்பான உடல் வளைவுகளில் இறந்து கிடந்தான். ராசாத்தி அரசனுக்குத் தலைவாரிவிட்டாள்; குளிப்பாட்டி விட்டாள்; வயல் வேலைக்குச் சென்றாள். அரசன் மேளத்தோடு காரிய வீடுகளில் வெற்றிலை குதப்பிக்கொண்டு, மைனர் செயின் போட்டுக்கொண்டு களிப்பேறிக் கிடந்தான்.

○

மீசைக்காரன் மகன் பூபாலன் அரும்பாத மீசையைக் கண்ணாடி யில் பார்த்துக்கொண்டிருந்தான். ராசாத்தியின் வாசனை ஊர் முழுக்கப் பரவிக்கொண்டிருந்தது. சுய மைதுனம் செய்ய மறைவிடம் தேடி மோட்டார் கொட்டகைக்குச் சென்றபோது ராசாத்தி ஊர்க் காரிகளோடு வயல் வேலை செய்துவிட்டு அவனைக் கடந்து சென்றாள். ராசாத்திக்காக அரசனிடம் அதிக நேரம் பேசிக் கொண்டிருந்தார்கள். அழகிய மனைவி பற்றிய ஊராரின் வர்ணனை களில் பெருமை உடலெல்லாம் சுரந்து வழிந்து கொண்டிருந்தது அவனுக்கு.

ஆண்கள் குழுமிக் கிடக்கும் இடங்களில், தெருத் திருப்பங்களில், பெட்டிக்கடைகளில், இளைஞர் சங்கத்து கொட்டகை முகப்பில் ராசாத்தி அழகைச் சிந்தி இறைத்தபடி நடந்து சென்று கொண்டிருந் தாள். சங்கத்து சுவர்களில் ராசாத்தி பெயரை எழுதி விதவிதமாக முலை தொங்கிய படங்கள் வரைந்து அம்புக்குறி போட்டு குறியில் பெயர் எழுதி வைக்கப்பட்டது.

ராசாத்திக்கு பிள்ளைகள் எதுவும் பிறக்கவில்லை. மூத்தவள் மகள்தான் என் மகள் என்று சொல்லிக்கொண்டு திரிந்தாள். கொளஞ்சியை வேலைக்குப் போய்விட்டு வந்தபின், தன் வீட்டிற்குத் தூக்கிவந்து பாசத்தில் உளறிக்கொண்டு கிடந்தாள். கொளஞ்சி ராசாத்தியை அடையாளம் தெரிந்து வைத்துக்கொண்டு கை கால்களை உதறிச் சிரித்தாள். குழந்தையின் சிரிப்பொலியும் உடல் தன்மையும் ராசாத்திக்குள் பரவசத்தைப் பெருக்கிக்கொண்டிருந்தது. அழகம்மாள் குழந்தையை ராசாத்தியை நம்பி ஒப்படைத்துவிட்டுச் சென்றாள். குழந்தை ராசாத்தியிடமும் அழகம்மாளிடமும் கைமாறிக் கிடந்தது. ராசாத்தி மோட்டார் கொட்டகைக்கு மலத்துணி அலசச் சென்றாள். வசந்தாவின் பிரேம் போடாத போட்டோவை சன்னலில் சாத்திவைத்து விசேஷ காலங்களில் கறிச்சோறு படைத்தாள். பத்திப் புகை சுருள் சுருளாய் வசந்தாவின் முகத்தில் படர்ந்து கொண்டிருந்தது. குழந்தைக்கு சாமி கும்பிடக் கற்றுக்கொடுத்தாள் கைபிடித்து. குழந்தை எல்லோரையும் பார்த்து சிரித்துக் கொண்டி ருந்தது.

மோட்டார் கொட்டகையில் மீசைக்காரர் மகன் காதல் பாடல் களை டேப் ரிக்கார்டரில் போட்டான். ராசாத்தியின் வருகையின் போதெல்லாம் நீர் குதிக்கும் சப்தம் தாண்டி அவளுடைய காதுக்கு பாடல் போய்ச் சேரவேண்டிய கவலை அவனுக்கு இருந்தது.

என் வீட்டின் வரைபடம் .95.

பாடல்களின் வழி தன் காதலை அவளிடம் சொல்லிவிட்டதாக நம்பிக்கொண்டிருந்தான். இரவெல்லாம் கண்விழித்துப் படித்த செக்ஸ் புத்தகத்தில் ராசாத்தி உருமாறி வந்துகொண்டிருந்தாள். கறுப்பு வெள்ளை படங்களில் விதவிதமாக போஸ் கொடுத்துக் கொண்டிருக்கும் ராசாத்திக்கு காகிதத்தில் முத்தம் கொடுத்தான். பேப்பர் வாசனை நாசியில் ஏறியது. எரவாணத்தில் செருகப்பட்ட செக்ஸ் புத்தகம் தூங்கத் தொடங்கியவுடன் கயிற்றுக் கட்டிலில் மோட்டார் இறைக்கும் நீர் குதிப்பு சப்தங்களோடு களைத்துப்போய் தூங்கிக்கொண்டிருந்தான் ஸ்கலிதமாகும் கனவுகளுடன்.

ராசாத்தி மாதவிடாய்க் காலங்களில் அதிகாலையில் குளிக்க வந்தாள் மோட்டார் கொட்டகைக்கு. விழிப்பு தட்டிய அவன் ராசாத்தியின் மினுமினுப்பான அழகு நீரில் முங்கி எழுவதைக் கண்டான். யாருமற்றதான அதிகாலைவெளி என நம்பிக்கொண்டிருந் தாள் அவள். படபடப்பு எழுந்து விடைத்துக்கொண்டு நின்றது அவனுக்கு. தன் இருப்பைக் காட்டிக்கொள்ளாமல் நின்று கொண் டிருந்தான். அவள் ஈரத் துணிகளை உடலில் போர்த்திக்கொண்டு குளிரில் நடுங்கியபடி ஓட்டமும் நடையுமாய் சென்றுவிட்ட பிறகு நீரில் இறங்கி சுய மைதுனம் செய்தபடி அவள் பெயரையும் உடலையும் வருத்தி அழைத்துக் கொண்டிருந்தான். அவள் தொலை வில் சென்று கொண்டிருந்தாள். அவள் பெயரை முனகிக் கொண்டி ருந்தான். தூரத்தில் சென்றுகொண்டிருப்பவள் அருகாமையில் நின்றாள்; அவன் குளியலைப் பார்த்தாள்; அவளும் நீரில் இறங்கி அவனைக் கட்டிப் பிடித்து அவனைத் தனக்குள் வாங்கி அவனை ஒரு புள்ளியாக்கி பருகத் தொடங்கினாள். கண்மூடிக் கிடந்து திறந்தான். தூரத்தில் சென்ற ராசாத்தி அங்கிருந்தபடியே மோட்டார் கொட்டகையைத் திரும்பிப் பார்த்தாள். யாரோ குளிக்கும் அசைவு கள் தெரிந்து கொண்டிருந்தது தூரத்துப் பார்வைக்கு. அவள் பார்ப்பதை இவன் பார்த்தான். பிறகு அவள் செல்லத் தொடங் கினாள் பலவித யோசனைகளுடன். கொளஞ்சி வளர்ந்துகொண்டு வந்தாள். ராசாத்தி சேர்த்து வைத்த காசில் பாவாடை, சட்டை எடுத்தாள் பிள்ளைக்கு. அழகம்மாள் சைக்கிளில் வரும் துணி மூட்டைக்காரனிடம் பாதி பணமும் மீதி கடனும் சொல்லி எடுத் தாள். அரசன் பக்கத்து டவுனில் வரிசையாய் நீல மயில்கள் நிற்கும் பட்டுப் பாவாடை எடுத்துக்கொண்டு வந்தான். பட்டுப் பாவாடை கட்டிக்கொண்டு தெருப் பிள்ளைகளோடு விளையாடப் போகாமல் வேடிக்கை பார்த்துக்கொண்டிருந்தாள். கொளஞ்சிக்கு ராசாத்தி யுடனே அதிக நேரத்தை கழிக்கும்படி ஆனது. மீசைக்காரர் வீட்டில் பிள்ளையைக் கொண்டு வரக்கூடாது வேலைக்கு என்று விட்டதில் வருந்திக்கொண்டிருந்தாள் அழகம்மாள். வேலை கெடுகிறது; இரண் டாள் சாப்பாடு ஆகிறது; நேரத்துக்கு தீனி, சாக்குப் போக்கு என்று கத்தி விட்டாள் ஆச்சி. கொளஞ்சிக்கு முக்காடு போட்டு மரத்தடியில் சோற்று வாளிகளுக்கு காவலாய் உட்கார்த்தி வைத்து விட்டு வயல் வேலை செய்துகிடந்தாள் ராசாத்தி. அழுவாத பிள்ளை

என்று எல்லோரும் கிள்ளினார்கள். கொளஞ்சி சிணுங்கிவிட்டு வாயை மூடிக்கொண்டாள். ராசாத்தியின் பேச்சுவழக்கும் காரிய நேர்த்தியும் மணம் கமழும் சமையலும் பின்னாளில் கொளஞ்சிக்கு ஒட்டிக் கொண்டது.

தன் எண்ணங்களை ராசாத்தியிடம் நேரடியாகச் சொல்லாமல் பல வழிகளில் தெரிவித்துக்கொண்டிருந்தான் மீசைக்காரர் மகன். அரசன் வசிக்கும் தெருவில் அவன் பாதம் நடந்து நடந்து தேய்ந்து கொண்டிருந்தது. கிழவிகள் அவனைக் கூப்பிட்டு அவன் அப்பாவை விசாரித்தார்கள். ராசாத்திக்கு அவன் வருகை தெரிந்துகொண்டு வந்தது. ராசாத்திக்கு தூரத்திலிருந்து மோட்டார் கொட்டகையின் காட்சிவெளியைப் பார்க்கும்போதெல்லாம் யாருமற்ற காலையில் நீராடியதும் வந்துவிட்ட பின் எதேச்சையாய் திரும்பிப் பார்த்த கணத்தில் அங்கு வேறு யாரோ ஒரு உருவத்தின் குளியல் அசைவை யும் நின்று உற்றுப் பார்த்தது அவளுக்கு நிழலாடிக்கொண்டிருந்தது. அந்நினைவு அவள் வாழ்க்கையில் மறக்க முடியாத அரூப நினைவாக விழுந்துவிட்டிருந்தது. அந்த மாதத்து மாதவிடாய்க் காலங்களில் அவளிடம் பல மாற்றங்கள் நிகழ்ந்து கொண்டிருந்ததை முகம் பார்க்கும் கண்ணாடியில் கண்டு கொண்டிருந்தாள். தேவையற்ற பரபரப்பும் துயரம் படிந்த முகமும் மறைமுகமான சந்தோஷமும் அதிகாலையில் தோன்றி மறைந்து கொண்டிருந்தது.

பறவைகளின் சப்தத்துடனும் மோட்டாரின் தொடர் ரீங்காரத்துட னும் நீராடிக்கொண்டிருந்தவளுக்கு கீற்று மறைவில் நிற்கும் இரண்டு கால்களை மட்டுமே அவதானிக்க முடிந்தது. அவள் இயல்பாய் எழுந்து ஆடை மாற்றும் போக்குகாட்டி கொட்டகைப் பின்புறமாக சுற்றிவந்து உள்ளே எட்டிப் பார்த்தபோது அவள் குளியல் முடித்து விட்டதான எண்ணத்திலும் அவசரத்திலுமான முடியாக் கனவின் துயரத்துடன் சுய மைதுனத்தில் மிதந்து கொண்டிருந்தான். அதை எதிர்பார்த்தவள் அவன் தன்னைப் பார்க்கும் வரை நின்று கொண்டி ருந்தாள்.

அதன் பிறகு அவனைக் கடந்து சென்ற போதெல்லாம் அவள் முகத்தில் விசேஷ பூ சிரித்துக்கொண்டிருந்தது. பேன் பார்க்கும் கிழவிகளை வீட்டு வாசலில் இருத்திக்கொண்டு தலை மயிரைப் பரப்பிவிட்டு சாடைமாடைப் பேச்சுக்கள் மொழிந்துகொண்டிருந் தாள். எதிர் திண்ணைகளில் பேச்சுக் கொடுத்துக் கிடந்தான் அவன். வயசாளிகளும் குழந்தைகளும் அவனின் அர்த்தமற்ற பேச்சுக்களுக்கு செவிமடுத்துக் கிடந்தார்கள்.

முகம் தெரியாத அதிகாலை இருட்டில் பாவாடை, சேலைகளைத் தோளில் போட்டுக்கொண்டு குளிக்கச் சென்றாள். அவளின் வருகை அவனுக்கு யாரும் சொல்லாமலே தெரிந்திருந்தது. அவனின் ஒவ் வொரு அசைவுகளையும் கற்பனையில் நினைத்தபடி வரப்பில் நடந்துகொண்டிருந்தாள்.

மீசைக்காரர் வீட்டின் பயனற்ற பழைய பொருள்கள் குவிக்கப் பட்டிருக்கும் தனி வீட்டில் உடலின் மர்மங்களோடு அவர்கள் விளையாடிக் கொண்டிருந்தார்கள். சாகக் கிடக்கும் மீசைக்காரர் வீட்டுக் கிழவி அவர்களைப் பார்த்துக்கொண்டிருந்தாள் சாம்பல் நிறக் கண்களுடன். அவர்களின் இருப்பு தனக்குத் தெரியும் என்பதை எத்தனையோ முறை அவளின் மட்கிய குரலில் இருமியும் கனைத்தும் காட்டியும் அவர்கள் பொருட்படுத்தாதிருந்தார்கள். தன்னைப் பொருட்படுத்தாத அவர்கள் தன்னை அவமானப்படுத்துவதாகக் கருதி சபித்தாள். மரணத்தின் முனகலும் சுகிப்பின் சிரிப்பும் ஒரே அறையில் ஒலித்துக்கொண்டிருந்தது.

கிழவியின் மல மூத்திரங்களை சுத்தப்படுத்த வந்த அழகம்மாள் அவர்கள் கட்டிப் பிடித்துத் துயில்வதைப் பார்த்துவிட்டுச் சென்றாள். அரசன் விசனம் பிடித்துக் கிடந்தான்.

பிரசிடெண்ட் வீட்டு மாட்டுக் கொட்டகையில் பஞ்சாயத்து நிகழ்ந்தது. அரசன் கைகளைக் கட்டிக்கொண்டு கல்தூணில் சாய்ந்து நின்றான். ராசாத்தி எல்லோருக்கும் மறைவாய் விசும்பிக்கொண்டு நின்றாள் மாடுகளின் பின்புறம். அரசனை சமாதானப் படுத்தினார் கள். அரசன் அவளை வச்சி வாழமுடியாதென்றான்.

'பையன் சின்னப் பையன்', 'யாருதாங் தவறல', 'இந்த ஒருவாட்டி விட்டுப்புடி', 'கழுத மேயுதுன்னா தொலைச்சி தலமொழுவிட்டுப் போ', 'அதுக்கப்பறம் நான் இவள உங்கிட்ட சேத்தன்னா உஞ்செருப்ப கயிட்டிக்க ஆமா.'

'உங்க வீட்ல உங்க சம்சாரம் இப்பிடி பண்ணிட்டா இப்படி பேசுவீங்களா?'

பிரசிடெண்ட் துண்டை உதறி தோளில் போட்டுச் சென்றார். சாயங்காலம் தீர்ந்துபோனது. எல்லோரும் வீட்டுக்குச் சென்றும் ராசாத்தி பிரசிடெண்ட் வீட்டில் அவர் மனைவியிடம் அழுது புலம்பிக்கொண்டிருந்தாள்.

அன்றிரவு வாழ்க்கை பூதாகரமாக மீசைக்காரர் மகனிடம் பற்களைக் காட்டிக்கொண்டு நின்றது. ராசாத்தி அவன் முன் முகம் மூடி அழுதுகொண்டிருந்தாள். விடியும் வரை விரைத்த சடலம் போல் யோசனை செய்துகொண்டிருந்தான்.

மாட்டுச் சந்தையின் பின்புறம் மாற்றுத் துணிகளும் செருவாட்டுக் காசும் எடுத்துவந்து காத்திருந்த பகல்பொழுது முடிந்து போனது ராசாத்திக்கு. போக்கிடமற்ற கவலை பீடித்து உதடுகள் உலரத் தொடங்கி எச்சில் சுரப்பு நின்றுபோனது. வந்து சேராத அவன் வருகையை அழுது தீர்த்துக் கொண்டிருந்தாள்.

அழகம்மாளின் தனி வீட்டில் பழம்புடவையில் அவள் உடல் சமனப்படாத விசையுடன் இடமும் வலமுமாய் ஆடிக் கொண்டிருந் ததை கொளஞ்சிதான் முதலில் பார்த்தாள்.

❍

.98. ஜே. பி. சாணக்யா

கொளஞ்சி மாராப்பு போட்டுக்கொண்டாள். அரசன் பிழைப்பு தேடி அயலூர்களுக்கு சென்று கொண்டிருந்தான். தூரத்து ஊரில் பூபாலன் காலேஜ் படிப்பை தங்கிப் படித்தான். அழகம்மாள் கருவாடு போல் ஆகிக் கொண்டு வந்தாள். அவளின் சருமம் மேலும் மேலும் வரிவரியாய் கிழடுதட்டிப் போனது. ஊரறிய அரசனுக்குப் பெயர் சொல்லாத பெண்டாட்டியாக வந்து சேர்ந்தவளுக்கு கல்யாணத்தில் இஷ்டமில்லாமலில்லை. எடுத்து செய்வார் யாருமில்லை. அவள் உடல், மன இறுக்கங்களால் கெட்டித் தட்டி நரம்பாகிப் போனாள். மேலுக்கு ஒரு புடவையைச் சுற்றிக்கொண்டும் அவளின் பழைய அளவைச் சொல்லும் தொளதொள ஜாக்கெட்டைப் போட்டுக் கொண்டும் அடிமை வேலை செய்யச் சென்றாள். வேலைகள் ஆவலாய் அவளைப் பற்றிக்கொண்டு இழுத்தன. சதா சுரந்துகொண்டி ருக்கும் முதலாளி வீட்டு வேலைகளின் அன்றைய வேலைக்கான முடிவை இரவுகள் வந்து முற்றுப்புள்ளி இட்டு வைத்தன. கொளஞ்சி சோறாக்கி வைத்துவிட்டு பக்கத்து வீடுகளில் உட்கார்ந்து அழகம்மா ளின் வருகைக்குக் காத்திருந்தாள். ராசாத்தியின் உடல் தொங்கிய அக்காட்சி, தனிமையான இரவுகளில் கொளஞ்சிக்கு பயமூட்டுவதாக சொல்லிக் கொண்டு நேரத்தில் வீடுவரும்படி அழகம்மாளை நச்ச ரித்துக்கொண்டிருந்தாள். வயிசுக்கு வந்த பிள்ளையை காத்து கறுப்பு அண்டினால் ஆயுசுக்கும் போகாது என்று வேறு வீடு பார்க்கச் சொன்னார்கள். அழகம்மாளுக்கும் இரவில் துர்சொப்பனங்கள் வந்துகொண்டிருந்தது. அம்மா இருக்கும் தைரியத்தில் பிள்ளையும் பிள்ளை இருக்கும் தைரியத்தில் அம்மாவும் அவ்வீட்டில் விடிய விடிய விளக்கெரியவிட்டு உறங்கிக்கொண்டிருந்தார்கள்.

அழகம்மாளுக்கு டைபாய்டு ஜுரம் வந்து முனகிக் கொண்டு கிடந்தாள். முதலாளி வீட்டு வேலைகள் அவளைக் கூப்பிட்டுக் கொண்டிருந்தது. அம்மாவுக்கு பதிலாய் ஈரிழைத் துண்டை கழுத்தில் சுற்றிக் கொண்டு முதலாளி வீட்டுக்கு வேலைக்குச் சென்றாள். புதிய வேலைக்காரியின் சுறுசுறுப்பும் காரியநேர்த்தியும் ஆச்சிக்கு மிகவும் பிடித்து பழம் புடவைகள் மூன்று கொடுத்தாள். சென்ற விசேஷங்களில் செய்து இன்னும் தின்று தீராத பட்சணங்களை பாத்திரங்களை சுத்தம் செய்யும் பொருட்டு சவ்வுத்தாள் பையில் போட்டு வாரிக் கொடுத்தாள். ஜுரத்தில் முனகிக்கொண்டிருக்கும் அழகம்மாளுக்கு நாக்கு கசந்து போனது. பட்சணங்களை அவளால் ருசிபார்க்க முடியவில்லை. கடைசி காலங்களில் கொளஞ்சி தனக்கு கஞ்சி ஊற்றி காபந்து பண்ணுவாள் என்று ஊர்ஜிதமாகிக் கிடந்தாள். அம்மாவுக்கு உடல் சரியாகும் வரை என்று நினைத்துக்கொண்டு வேலைக்குச் சென்றதைத் தாண்டி ஆத்தாளும் பிள்ளையுமாக ஜோடி போட்டுக்கொண்டு வேலைக்குச் சென்றார்கள். ஆச்சிக்கு நிம்மதியாய் இருந்தது. சிறிது காலத்தில் கொளஞ்சி மட்டும் போதும் என்றாள். அழகம்மாள் எப்போதாவது கிடைக்கும் விவசாய வேலை யைப் பார்த்துக்கொண்டும் பிள்ளைக்கும் தனக்குமாய் சோறாக்கி

வைத்துக் கொண்டும் தனிமையும் பயமும் ஒழுகும் கூரை வீட்டில் காத்துக் கிடந்தாள்.

கொளஞ்சிக்கு முதலாளி வீட்டின் ஒவ்வொரு அசைவும் தன் நடத்தைகளுக்குள் வந்தபோது பூபாலன் படிப்பு முடித்து வீடு வந்தான். எந்த வகையிலும் அழகாய் தெரியாத அவளிடம் மயங்கி நின்றான். அவள் உடலைத் தாண்டி ஏதோ ஒரு மாய வசீகரத்தில் போதை வயப்பட்டவனாக நின்றுகொண்டிருந்தான். ஏரிக்கரை வயலில் வேலை செய்யும் ஆட்களுக்கு அன்னக் கூடையில் சோறு வளர்த்துக் கொண்டும் குழம்பு வாளியைத் தூக்கிக்கொண்டும் வெயிலில் சென்றாள். பூபாலன் அவளுக்கு ஒத்தாசையாய் குழம்பு வாளியை சைக்கிள் ஓட்டியபடி வாங்கிச் சென்றான். நாவல்பழ மரத்தடியில் வேலை செய்த ஆட்களுக்கு வயிறார சாப்பாடு போட்டாள். ஈரம் தீராத உதடுகளில் நாவல் பழங்களை சப்பித் தின்றாள். உதடுகளும் உதடுகளின் சுற்றுப்புறங்களும் ரோஸ்கலர் படிந்திருக்க வீடு வந்த போது, பூபாலன் அவள் நாவல்பழம் தின்ற வக்கணையை கேலி செய்து சிரித்தான். முதலாளி மகனின் கேலி வெட்கத்தை மீறி சங்கடத்தைத் தருவித்தது. ஓடி ஒளிந்துகொண்டாள். அவனுக்காக ஓடியதும் ஒளிந்ததும் இருவருக்குமான சுவாரஸ்யமான காரியமாக இருந்தது. அவள் ஓடி ஓடி ஒளிவதற்கான செயல்களையும் பேச்சுக் களையும் உருவாக்கிக் கொண்டிருந்தான். அவன் குரலைக் கேட்காமல் அவளுக்கு அவ்வீட்டில் இருப்பு நிலைக்கவில்லை. அவளின் அசைவு கள் இல்லாத அவ்வீட்டின் இரவுப் பொழுதுகளை, பகலில் நிகழ்ந்த வைகளை நினைத்துக் கழித்தான். பகல்கள் மிகச் சிறியதாகவும் இரவுகள் மிக நீண்டதாகவும் போய்க்கொண்டிருந்தது. கொளஞ்சி பிள்ளைமார் தெருவில் மோர் விற்கச் சென்றபோது நாய்கடித்து குருவிக்கார தாத்தாவிடம் விபூதி வைத்தியம் செய்துகொண்டு வேலைக்கு வராமல் அழகம்மாளை அனுப்பி வைத்தாள். அழகம்மாள் மாலை மாலையாய் அழுதாள் ஆச்சியிடம். பூபாலன் அவளைத் தேடிக்கொண்டு அவள் வீட்டுக்குச் சென்று பார்த்தபோது. சாணி மெழுகிய தரையில் சாக்கு விரித்துப் படுத்துக் கிடந்தாள். டாக்டரிடம் செல்ல பணம் கொடுத்தான். அவளை பஸ்ஸில் வரச் சொல்லி டாக்டர் வசிக்கும் தெருவில் சைக்கிளில் காத்திருந்தான். கடைத் தெருவில் இருவரும் பேசிக்கொண்டு சென்றார்கள். நீ இல்லை யென்றால் செத்துப் போய்விடுவேன் என்றான். அவனுக்காக, அவ்வார்த்தைகளுக்காக அழத் தொடங்கினாள்.

இருவரும் சேர்ந்து பிடித்துக்கொண்ட போட்டோவை கொளஞ்சி அடுக்குப்பானையில் ஒளித்து வைத்தாள் பழந்துணி சுருட்டி. கொளஞ்சி இருளில் அரட்டிக்கொண்டு கிடந்தாள். அழகம்மாளுக்கு பயம் பற்றிக்கொண்டு பக்கத்து வீடுகளை துணைக்கு அழைத்தாள். அவர்கள் தூக்கம்போன கண்களுடன் குருவிக்கார தாத்தாவைக் கூட்டி வந்தார்கள். பிள்ளை தலை மயிரைப் பரப்பிப் போட்டுக் கொண்டு பற்களை நறநறவெனக் கடித்தாள். குருவிக்கார தாத்தா

பிள்ளையை ஆதுரமாகத் தழுவித் தூக்கினார். அது அவர் மேல் காறித்துப்பியது. மயிரைக் கொத்தாக பிடித்து தூக்கி அறைந்தார். பிள்ளை சுருண்டு விழுந்தாள். கொளஞ்சியின் மேலெல்லாம் திருநீற்று சாம்பல் பூசிவிட்டு அருகிருந்து பார்த்துக் கொண்டிருந்தாள் அழகம்மாள்.

தடிமனான இரவுகள் அவளை மூச்சுத் திணற வைத்தது. தெருவில் ஆடைகளைக் களைந்து ஓலமிட்டபடி கத்திக்கொண்டு ஓடினாள் கொளஞ்சி. பிரம்படியும் நெருப்புச் சூடும் தடம்பதித்துக் கிடந்தது அவளுடலில். பகல் முழுக்க திராணியின்றி சுருண்டு கிடந்த பிள்ளையை வெந்நீர் வைத்துக் குளிப்பாட்டினாள் அழகம்மாள். சடை பின்னிப் பூ வைத்து ஆடை மாற்றி மடியில் கிடத்தி கொண்டு அழத் தொடங்கினாள். கொளஞ்சியும் சேர்ந்துகொண்டு அழுதாள்.

பூபாலனுக்கு மீசைக்காரர் கல்யாணப் பேச்சைத் துவங்கத் தொடங்கியதுமே கொளஞ்சியைக் கட்டிக்கொள்ளப் போவதாகச் சொன்னான். கொளஞ்சியை வீட்டுக்கு வந்து பார்த்துவிட்டுச் சென்றான் பூபாலன். அழகம்மாள் அவனுக்கு கும்பிடு போட்டு அழுதாள். அவன் சென்ற பிறகு ஊதாங்குழலை அடுப்பில் சூடேற்றி கொளஞ்சியை மிரட்டினாள். கொளஞ்சி அடுப்பங்கரையில் ஆட்காட்டி விரலில் ரத்தமெடுத்து கொளஞ்சி - பூபாலன் என தரையில் எழுதியதை சாணியால் மெழுகி அழகம்மாளால் மறைத்துவிட முடியவில்லை.

ஆச்சியின் சொந்தக்காரர்கள் வீட்டுக்கு வந்து விருந்துண்டு சென்றார்கள். வந்தவர்களுக்கு விதவிதமாக ஆக்கிப்போட்டு மகிழ்ச்சியூட்டினாள் ஆச்சி. பூபாலனிடம் எல்லோரும் வேலைக்கார பறைச்சியை எப்படி மருமகளாக்குவது என்று கேட்டுவிட்டுச் சென்றார்கள். மீசைக் காரர் காரெடுத்துச் சென்று காரிய வேலைகள் பார்த்துக் கொண்டிருந்தார். பூபாலன் இன்னும் படிக்க வேண்டும் என்றான். 'கட்டிக் கொண்டு படி' என்றார்கள். பார்த்திருக்கும் பெண் பாரம்பரியமிக்க வீட்டின் குணவதி என்று பார்ப்போரிடமெல்லாம் சொல்லிக் கொண்டிருந்தாள் ஆச்சி.

கரும்புக் கொல்லையில் வெய்யில் மிதக்கும் வேளையில் இரண்டு கலர் பாட்டில்களை எடுத்து வைத்தான் கொளஞ்சியிடம். முகம் இறுகி கட்டிக்கொண்டாள் அவனை. இரண்டு பாட்டில்கள் காத் திருக்க இருவரும் புணர்ந்து களைத்தார்கள். இருவரும் கையிலெ டுத்துக்கொண்ட பாட்டில்களை வைத்துக்கொண்டு ஒருவரையொரு வர் முத்தமிட்டுக்கொண்டார்கள். அவள் பார்த்துக்கொண்டிருக்க, அவன் குடிக்கத் தொடங்கினான். அவள் அவன் குடிப்பதை அதிர்ச்சியுடன் பார்த்துக்கொண்டிருந்தாள். அவன் ஒரே மூச்சில் குடித்துவிட்டு அவளைப் பார்த்தான். நொடிகளின் வேற்றுமையில் அவன் மரணத்தை சம்பவிக்கப் போகிறவனாக அவளிடமிருந்து மாறுபட்டுப் போனான். பாட்டிலை வைத்துவிட்டு அவனைக் கட்டிக்கொண்டு அழுதாள். அவன் அவளைக் குடிக்கச் சொன்னான். அவள் அவனுக்கு மேலும் மேலும் முத்தங்களைக் கொடுத்தாள்.

சட்டென்று கோணிக்கொண்ட அவன் உடல் வலிப்பு போல் இழுக்கத் தொடங்கியதை விலகி நின்று உற்றுப் பார்த்துக் கொண்டிருந்தாள், உலர்ந்து போய். சிறிது நேரத்தில், சுடப்பட்ட ஒரு மூர்க்கமான விலங்குபோல் அலங்கோலமாய் கோணிக்கொண்டு கிடந்தான். மிச்சமிருந்த ஒரு பாட்டிலை எடுத்துக்கொண்டு வெளியே ஓடத்தொடங்கினாள் பயத்துடன். சிறிது நேரத்தில் அவன் உடலில் ஈ மொய்க்கத் தொடங்கியது.

இந்தியா டுடே, இலக்கிய ஆண்டு மலர் 2002

ரிஷப வீதி

நடக்கமுடியாதபடி உஷ்ணம் தங்கிவிட்ட வற்றிய ஆற்றுப் படுகையின் வழி அப்பெண்களை அழைத்துச் சென்று கொண்டிருந்தான் சிந்தாமணி. முடிகள் உதிர்ந்துவிட்ட அவனது முன்தலையை மறைப்பதற்கு போட்ட குல்லாய் அவனை வெய்யலிலிருந்து பாதுகாத்தது. மணல் சூடு படாதவாறு அவன் போட்டிருந்த பாதணிமேல் அனைத்துப் பெண்களும் ஈர்ப்பாய் கவனம் செலுத்தியபடி அவனுடன் சென்று கொண்டிருந்தார்கள். வேம்பு வெய்யலுக்கு முக்காடு போட்டுக்கொண்டிருந்தாள். அவளைப்பார்த்த மற்றப் பெண்களும் அவளைப் பின்பற்றியிருந்தார்கள். தொடர்ந்து நெருப்பில் நடப்பது போல் பாதங்கள் சுட்டன. நடக்க நடக்க மணலில் புதையும் கால்களை வெளியிழுத்து நடப் பது மிகுந்த களைப்பைத் தந்துகொண்டிருந்தது. சிந்தாமணி யின் குரலதிர்வு அவர்களை மறுபேச்சு பேசாமல் அவனைப் பின் தொடரச் செய்துகொண்டிருந்தது. வேம்பு மட்டும் அவனுக்கு அவ்வப்போது கேட்கும்படி தன் முனகலை எதிர்ப்பாய் காட்டியபடி வந்துகொண்டிருந்தாள். எல் லோரையும் மீண்டும் பயமுறுத்தும் பொருட்டும் வேம்புவை மறுபடியும் மறைமுகமாக எச்சரிக்கும் பொருட்டும் ஒரு நடுத்தர வயதுப்பெண்ணை ஓடி அடித்தான். அனைவரும் வெய்யலில் உறைந்தபடி அக்காட்சியை சகித்துக்கொண்டு பார்த்தார்கள். வேம்பு எதுவும் பேசாமல் சிந்தாமணியை முறைத்தாள். அறைந்தவன் அவளை முறைத்து பார்த்து விட்டு ஆத்திரமான தொனி வெளிப்படும் உடலசைவுகளு டன் நடக்கத் தொடங்கினான். பொடி மணலின் சூடும் சிந்தாமணியின் செயலும் ஒதுங்குவதற்கு ஒரு நிழலும் இல்லாத சூழலில் அவர்கள் அனைவரும் எரிச்சல் கொண்டபடி நடக்கத் தொடங்கினார்கள்.

மணல்வெளியில் காற்றின் தடயங்களை மட்டுமே பார்த்தபடி சென்றுகொண்டிருந்த அவர்கள் சில ஊர் பகுதிகளைக் கடக்கும் போது மட்டும் ஊரை நோக்கி ஆற்றின் குறுக்காகச் செல்லும் மனித நடமாட்டத்தின் தடயங்களாய் காலடிகளைக் கண்டார்கள். முடிவற்று

வளைந்து வளைந்து செல்லும் ஆற்றின் நீரற்ற முகத்தால் ஏற்பட்ட விரக்தியும் மனித காலடிகளை கண்டதால் வந்த சொற்ப ஆசைகளும் ஒருவர் முகத்தை ஒருவர் சிந்தாமணிக்குத் தெரியாமல் பார்த்துக் கொள்ள வைத்தது. சிந்தாமணி அவர்களைப் பார்க்காமலே அவர் களின் செய்கைகளை உணர்ந்தவனாய் கனைத்து எதிர்ப்புத் தெரிவித்த படி சென்று கொண்டிருந்தான். அவர்களுக்கு சுடு மணலுக்கு பாதுகாப்பாக செருப்பு வாங்கிக் கொடுத்திருந்தாலாவது ஓரளவுக்கு அவனின் விசுவாசிகளாக அவர்களை மாற்றியிருக்க முடியும். குடிநீரும் இல்லாமல் செருப்புமில்லாமல் இப்படி நெருப்பில் இழுத்துக் கொண்டு செல்லப்படுவது அவர்களுக்கு அவன் போலிஸா ரால் பிடித்துச் செல்லப்பட்டு வெளிவர முடியாதபடி சிறைவாசம் அனுப விக்க வேண்டும். அல்லது கடவுளாலும் காப்பாற்றமுடியாத ஒரு நோய் வந்து சாகவேண்டும் என்பதான எண்ணம் தோன்றி மறைந் ததைக் கண்டவனாய் தொப்பியைக் கழற்றி வழுக்கைத்தலையை தடவி வியர்வையை போக்கியபடி சில வார்த்தைகளைத் தடிப்பாக உபயோகித்துத் திட்டினான். அவர்கள் அவனுக்குப் பயந்தபடி பரிதாபமாக நடிக்கத் தொடங்கினார்கள்.

தண்ணீர் தாகம் இருட்டிக்கொண்டுவந்தது அவர்களுக்கு. அவனது வியர்வை படிந்த முதுகை வன்மம் மிக்க அவிசுவாசிகளின் கண்கள் துளைத்துக்கொண்டிருக்க துளியும் பயமில்லாமல் சென்று கொண்டி ருந்தான். தூரத்தில் சிவப்பாய் நீள் கோடும் இரண்டு மூன்று கறுப்பு புள்ளிகளும் தென்பட்டன அனைவருக்கும். சற்று துரிதமாக அவ னைப் பின் தொடர ஆரம்பித்தார்கள். இந்த மணல் வெளியிலேயே ஏதேனும் ஊற்றுக் குழியில் சிந்தாமணியின் கதையை முடித்துவிட வேண்டுமென்று வேம்பு கருதிக் கொண்டிருந்தாள். அதன் வெளிப் பாடாய் பத்மாவதி அக்காவைப் பார்த்தாள். பத்மாவதியும் அதையே உறுதி செய்வதாய் வேம்புவைப் பார்க்க சிந்தாமணி சத்தம் போட்டு சிரிக்கத் தொடங்கியபடி ஒரு குடிமுற்றிய குடிகாரனைப்போல் தள்ளாடிக் கொண்டு சென்றான். அந்த சிரிப்பு முழுக்க முழுக்க ஏளனத்தால் உருவாக்கப்பட்டிருந்தது. திட்டத்தின் ரகசியம் அவனுக்கு எப்படித் தெரிகிறது என்று இருவரும் குழம்பிக் கொண்டிருந்தார்கள். சிந்தாமணி குறுக்கான அல்லது அறிவேயில்லாமல் ஒரு முடிவெடுத்து அதன்படி செயல்படத் தொடங்கியிருக்கலாம் என்று அவர்கள் கருதினார்கள். முதுகின் பின்புறம் தொடர்பவர்கள் யாவரும் சுய விருப்பமின்றி வருபவர்களாகவே இருக்கும் பட்சத்தில் எப்படியும் அவனுக்கு எதிரான எண்ணத்தைத்தான் நினைத்துக் கொண்டிருக்க முடியும். எனவே பத்து நிமிடங்களுக்கு ஒருமுறை அல்லது சில குறிப்பிட்ட நேரங்களுக்கு ஒருமுறை தனக்குத் தெரியும் என்பதாய் கனைத்து வைப்பதின் மூலமாகவோ அல்லது சப்தமிட்ட ஏளனச் சிரிப்பை விசிறியடித்து செல்வதன் மூலமாகவோ பின்புறம் வருபவர் களின் எண்ணவோட்டம் அனைத்தும் தனக்குத் தெரியும் என்பதான

மாயச் சித்திரத்தை உருவாக்கி விடுகிறானோ என்றும் கருதிக் கொண்டி ருந்தார்கள். அவன் இன்னும் சிரிப்பை நிறுத்தாமல் முடியும் தருவாய் சிரிப்பாக்கி நினைத்து நினைத்து கருவியபடி இருக்கும் விரோதியைப் போல் நினைத்து நினைத்து சிரித்துக் கொண்டிருந்தான். தூரத்தில் தெரிந்த சிவப்புக்கோடு சிவப்பு நீள் திட்டாகத் தெரிந்தது. கரும் புள்ளிகள் ஆட்களின் நடமாட்டமாகத் தெரிந்தது. ஆகாரமில்லா விடினும் நிச்சயம் குடிநீராவது கிடைக்கும் என்ற நம்பிக்கை ஊறியது. மேலும் துரிதமாக நடக்கத் தொடங்கினார்கள். தொடரும் பெண்கள் யாவரின் முகத்திலும் ஆசுவாசம் படரத் தொடங்கியது. முக்காட்டை விலக்கி வறண்ட உதடுகளை நாவால் ஈரப்படுத்தி முகம் துடைத் தார்கள்.

வெய்யலுக்கு மறைப்பாய் கயிற்றுக்கட்டிலை நிமிர்த்தி துணிகளை அதன்மீது போட்டு தொங்கவிட்டபடி நீள்திட்டாக விழும் கட்டில் வடிவ நிழலில் ஒன்றிரண்டு ஆணும் பெண்ணுமாய் ஈச்சம் பாயில் மிளகாய்ப்பழங்களை காயவைத்தபடி காவல் காத்துக் கொண்டு உட்கார்ந்திருந்தார்கள். அவர்கள் அனைவரும் இவர்களை வினோத மாக ஏறிட்டுப்பார்க்க சிந்தாமணி அவர்களிடம் நெருங்கியபோது அவர்கள் எழுந்து கொண்டார்கள். பெண்கள் யாவரும் பாதங்களை சூடாற்றிக்கொள்ள நிழலில் இடித்துப் புடைத்துக்கொண்டு தொற்றி நின்று வியர்வை வழியும் உடலுக்கு காற்று அனுப்ப வாயால் வெப்பத்தை ஊதிக்கொண்டார்கள். சிந்தாமணி அவர்களிடம் குடிநீர் கிடைக்குமா எனக் கேட்டான். அவர்களில் ஒருத்தி கூடைபோட்டு கவிழ்த்து வைத்திருந்த ஒன்றைத் திறந்து பானையிலிருந்து செம்பில் நீர் மொண்டு கொடுத்தாள். சிந்தாமணி அதை வாங்கி வேம்புவிடம் நீட்டினான். வேம்பு பத்மாவதியிடம் கொடுக்க பத்மாவதி புதிதாய் வந்து சேர்ந்துவிட்ட அவளுக்கு கொடுத்தாள். அவள் வாங்கிய செம்போடு அனைவரையும் தயக்கமாகப் பார்க்க அனைவரும் குடி குடி என்று சமாதானப்படுத்தினார்கள். அவள் அண்ணாந்து குடிக்க ஆரம்பித்ததை அனைவரும் பார்த்துக் கொண்டிருந்தார்கள். அவர்கள் நிறைய தண்ணீர் இருப்பதாகவும் தாகம் தீர குடிக்கும் படியும் கேட்டுக்கொண்டார்கள். செம்பு அனைவர் கையிலும் மாறி மாறி வந்து கொண்டிருந்தது. சிந்தாமணி அருகிலுள்ள சம வெளிகள் பற்றி கேட்டுக் கொண்டிருந்தான். கடைசியாக பாண்டியன் மற்றும் துரைசாமி முகவரிகளை கேட்டுக்கொண்டு இன்னும் எத் தனை தூரம் செல்லவேண்டும் எனவும் கேட்டான். வேம்பு குடித்து விட்டு மிச்ச நீரை தலையிலும் முகத்திலுமாய் சொட்டிக் கொண் டாள். நெருப்பு பரவும் வெய்யலில் அவர்கள் அங்கேயே சிறிது நேரம் நிற்க ஆசைப்பட்டார்கள். வேம்பு அதை சிந்தாமணியிடம் எடுத்தும் சொன்னாள். அவனது சேமிப்பில் இருக்கும் ஒரு சிரிப்பை எடுத்து விசிறிவிட்டு மிளகாய்ப்பழக்காரர்களிடம் சொல்லிக் கொண்டு புறப்பட்டான். துரைசாமியும் பாண்டியனும் இருக்கும் முகவரிப்பகுதி அருகில்தானென்றும் இருட்டுவதற்குள் சென்று சேர்ந்துவிடலாமென்றும் அங்கே அவர்களுக்காக சொகுசுகள்

நிரம்பிய பனைவோலைக் குடிசைகள் சில வேயப்பட்டு காத்திருப்ப தாகச் சொல்லிக் கொண்டு போனான். அவனை முணுமுணுப்பாய் சபித்தபடி பெண்கள் யாவரும் அவனது பேச்சை அவரவர்களுக்கு சௌகர்யமான கற்பனையாய் எண்ணியபடி முக்காட்டை போட்டுக் கொண்டு பின்தொடர்ந்து நடக்கத் தொடங்கினார்கள்.

நகரம் முடிந்த இடத்தில் ரயில் ரோட்டுக்கு முதுகைக் காட்டிக் கொண்டு நின்றது வளையாபதி திரையரங்கம். சுற்றிலும் மரங்களால் சூழப்பட்டு கொட்டகையின் உச்சியும் பின்புறமும் மட்டும் தெரிந்தது. விட்டுவிட்டுப் பெய்யும் இந்த இரண்டு நாள் மழையில் நனைந்து சொதசொதத்துப் போயிருந்த போஸ்டரைக் கொத்தியபடி சிமிண்டு கட்டையில் காகங்கள் உட்கார்ந்து கத்திக்கொண்டிருந்தன. ஆபீஸ் ரூமில் சிந்தாமணி கிழவரிடம் பேசிப்பேசி களைப்படைந்திருந்தான். பையனைக் கூப்பிட்டு டீ வாங்க அனுப்பிவிட்டு கிழவருக்கு சமாதா னம் ஏதும் சொல்லமுடியாத இயலாமையில் எழுந்து வாசலுக்கு வந்தான். எதிரே நீளும் வயல்வெளியில் புதிதாக வீடுகட்டிக் கொண் டிருந்தார்கள் சிலர். மீதி இடங்களில் நில அளவு கற்கள் புற்களைத் தாண்டி தலை நீட்டிக்கொண்டு நிற்க கடைசியில் கருவேலமுட்கள் கொத்து கொத்தாய் முளைத்து அடர்ந்து சென்றுகொண்டிருந்தது. கிழவர் எழுந்துவந்து சிந்தாமணியிடம் சொல்லிக்கொண்டு அவன் கூப்பிட கூப்பிட திரும்பிப் பார்க்காமல் சென்றார். சிந்தாமணி சிகரெட் ஒன்றை எடுத்து பற்ற வைத்துக்கொண்டு வயதான உடலில் கம்பீரம் நிரம்பி சென்றுகொண்டிருக்கும் அவரைப் பார்த்துக் கொண்டிருந்தான்.

கிழவர் இரண்டுமாத காலமாக இங்கு வந்துபோய்க் கொண்டிருக் கிறார். வளையாபதி அவருடைய தகப்பனார் பெயர்தான். இத்திரைய ரங்கம் கட்டுவதென்பது இவரது அப்பாவுக்கு கனவாக இருந்து அவரின் இறுதிகாலத்தில் கட்டப்பட்டதுதான். கட்டப்பட்ட இடத் தின் சாபமாய் ஊருக்கு ஒதுக்குப்புறமாய் இருப்பதால் பகல்காட்சி களுக்கு சாதாரண கூட்டமும் இரவுக் காட்சிகளுக்கு வெறும் ஆண்களும் அல்லது ஆண் துணையோடு வரும் ஒருசில பெண்களும் வந்துகொண்டிருந்தார்கள். அவரும் ஒரு பெட்டியில் விழும் நஷ்டத்தை மற்றொரு பெட்டியில் சமன்படுத்தி ஓட்டிக் கொண்டிருந்தார். லைசன்ஸ் ரத்தானபோது திரையரங்கம் லீஸில் கைமாறி கைமாறி பழையதாகிப் போனது. திரையரங்கத்தைப் புதுப்பித்து கொண்டுவர அவர் மேற்செய்த காரியங்கள் யாவும் கடனில் முடிந்துவிட்டிருந்தது. கிழவருக்கு கடன் உதவி செய்யவந்த இளைஞர்கள் கடனுக்கு பெறு மானமாய் கொட்டகையை லீசுக்கு எடுத்து ஓட்டத் துவங்கினார்கள். பிறகு அவர்கள் போட்ட பணத்தை எடுக்க பாலுணர்ச்சித் திரைப் படங்கள் திரையிடத் தொடங்க ஓட்டை உடைசல் மூட்டைப்பூச்சிகள் நிரம்பிய நாற்காலிகளில் அரங்கம் நிறைந்த காட்சிகளாக ஓடத்துவங் கியது. கிழவர் ஆபாசப்படங்கள் திரையிடக்கூடாது, எங்களின் பெயர் கெட்டுவிடும் எனக்கூறி கடுமையாக எதிர்ப்புத் தெரிவித்தார்.

அவர்கள் அவர் பேச்சை பொருட்படுத்தாதிருந்தார்கள். அவ்வப்போது எதிர்ப்பு தெரிவித்துக் கொண்டிருந்தவர் தற்போது லீஸ் முடிந்து இரண்டு மாதங்களாய் மரியாதையான தோரணையில் ஆபாசப் படங்களை நிறுத்தி வேறு படங்களைப் போடும்படியும் அல்லது ஆபாசப்படங்கள் திரையிடப்படும் பட்சத்தில் லீசை முடித்துக் கொள்ளும்படியும் கூறிக்கொண்டிருந்தார். வியாபாரத்தில் ருசி கண்டவர்கள் திரையரங்கை விலைக்கு கேட்டுக் கொண்டிருந்தார்கள். அவர் இடத்தை காலி செய்யும்படியும் இல்லையெனில் சட்டப்படி நடவடிக்கை எடுக்க வேண்டிவரும் எனவும் கூறியிருந்தார்.

சிறுவன் வாங்கிக்கொண்டு வந்திருந்த டீ சிந்தாமணி எதிர்பார்த்திருந்த சூட்டில் இல்லாமல் இருந்ததில் பழைய பிளாஸ்க்கை மாற்றச் சொல்லவேண்டும் என்று நினைத்தான். சிறிது நேரத்தில் பிராந்தியம் முழுக்க புல்லட் சப்தத்தில் படபடத்து வெடிக்க பாண்டியனும் துரைசாமியும் வந்திறங்கினார்கள். அவர்கள் வந்தவுடன் மீண்டும் சிறுவனை டீ வாங்க அனுப்பினார்கள்.

கிழவரை சமாதானப்படுத்த முடியாமையை விபரமாக கூறிக் கொண்டு வந்தான் சிந்தாமணி. அவர்கள் ஆளுக்கொரு சிகரெட்டை பற்ற வைத்துக்கொள்ள சிந்தாமணி சற்றுமுன்பு புகைத்திருந்தாலும் புகைக்க வேண்டும் போலிருந்தது. அவனும் ஒரு சிகரெட்டை எடுத்துப் பற்றவைத்துக் கொண்டான். மூவரும் யோசனைகளாய் இருந்தார்கள். எந்த யோசனையும் அவர்களை நிம்மதிக்குட்படுத்துவதாக இல்லாமல் ஆக்கிக்கொண்டிருந்தது.

திரையரங்கத்திற்கு வரும் இடதுபக்க ஒற்றையடி மண்சாலையிலும் வலதுபக்க மண்சாலையிலும் ரயில் ரோட்டுச் சரிவிலிருந்தும் அடுத்த காட்சிக்கு ஆட்கள் வரத்தொடங்கியிருந்தார்கள். சிகரெட் புகைத்தபடி சிந்தாமணி எழுந்து முன்னே செல்ல பின்னே இருவரும் தொடர்ந்து தோட்டத்துப் பகுதிக்கு வந்தார்கள். நிறைய தந்திரங்கள் நிரம்பிய யோசனைகளைப் பேசிக் களைத்தார்கள். சிந்தாமணி இறுதியாக வேறு ஒரு திட்டம் வைத்திருப்பதாக அவர்களிடம் சொல்லிக் கொண்டிருந்தான்.

அழுக்குத் திரையைப் பார்த்தபடி மௌன அஞ்சலிக்கூட்டம் போல் நிசப்தமாக இருந்தது ஆண்கள் மட்டும் நிரம்பிய அரங்கம். திரையிடப்பட்ட காட்சிகளில் வில்லன் கதாநாயகியின் ஆடைகளை கிழித்து குதறிக்கொண்டிருந்தான். கதாநாயகி வன்புணர்ச்சிக்குள் சிக்கிக்கொள்ள வேண்டும் என்று எல்லோரும் எதிர்பார்த்துக் கொண்டு உட்கார்ந்திருந்தார்கள். சிந்தாமணி பின்பாதி கதைக்காக காத்துக்கொண்டு நின்றிருந்தான். இறுதியாக கதாநாயகி தன் கணவனுக்குத் தெரியாமல் காதலனைப் புணர்ந்து விடவேண்டும் என்று விரும்பி ஒரு நேரத்தைத் தேர்வுசெய்து கொண்டு புணருகிறார்கள். இடைவெட்டுக்காட்சியில் கணவன் அலுவல் முடிந்து வீட்டுக்குத் திரும்பி வந்துகொண்டிருந்தான். புணர்ச்சிக் காட்சி உச்சத்தை எட்டியபோது சிந்தாமணி மாடியிலிருந்து கீழிறங்கிவந்து திரையை

மர்மமான ஆயுதத்தால் கிழித்து கதாநாயகியின் உறுப்புகளை வெளிச்சம் போட்டான். கிழிந்து தொங்கும் திரையின் பின்னால் உடைந்த மரப்பொருட்கள் போல் அவள் சிதைந்து கிடக்க தைரியமுள்ள ஒவ்வொருவரும் அவளைத் தொடுவதற்கு மேடையேறி கிழிக்கப்பட்டத் திரைவழியே உள்ளே சென்று கொண்டிருந்தனர். அடர்ந்து நின்ற கருவேலமரக் காட்டிற்குள் இறந்து கிடந்த பாதையை அசைத்து உயிரூட்ட அவர்கள் அவளைத் தொட எண்ணி உறுப்புகள் கற்பனையில் மிதக்க சிந்தாமணியின் சேக்காளிகளின் முகத்தில் எழுதி ஒட்டப்பட்ட விலாசத்தைப் படித்துவிட்டு ஒற்றையடிப்பாதையில் நடந்து கொண்டிருந்தார்கள். உயிர்பெற்ற வளைவு வளைவான பாதை திரையரங்கத்திற்கும் பனைவோலைக் குடிசைகளுக்குமான நேர்க்கோட்டில் அவர்களைக் கூட்டிக்கொண்டுச் சென்றது. முன்னிரவுக் காட்சியிலும் பின்னிரவுக் காட்சியிலும் ஆற்றுப்படுகையின் வெளியெங்கும் புணர்ச்சிப் பெருக்கு நிரம்பி அந்தரங்கம் திறந்து போட்டுக்கிடந்தது. கறுப்பு வெளியில் நெருப்புப் பொட்டுக்களாய் சிகரெட் கங்குகள் கனிந்து கொண்டிருந்ததில் சிகப்பு முகங்கள் தெரிந்து மறைந்தன. தோண்டப்பட்ட குழிக்குள் பிராந்தி நிரம்பிய வயிறோடு மழிக்கப்பட்ட ஆடையோடு நினைவிழந்து மல்லாந்து கிடந்தாள். சைக்கிள் கேரியரில் உட்கார்ந்தபடி ரூபாய்களை வசூலிக்கும் சிந்தாமணியின் சேக்காளி குழிக்குள் விறைப்புத்தட்டிய உடல்களை இறக்கிவிட்டுக் கொண்டிருந்தான். ஆக்ஸிஜன் அற்று திணறும் வகையில் ஆள் இறங்கியவுடன் குழியை தென்னை ஓலைகளைப் பரப்பி மூடினான். விறைத்த குறியும் பிண உடலும் பூமிக்கடியில் துடிப்புடனும் சவத்தன்மையுடனும் அழுதுகொண்டிருந்தன. இரவு முழுதும் பதட்டக்குரல்களும் வேசைச் சிரிப்புகளும் பிசாசின் நடையொலிகளும் படுகையெங்கும் ஒலித்துக் கொண்டிருந்தது.

பனை ஓலைக் குடிசைகள் காற்றில் ஆடிக்கொண்டும் சிலுப்பிக் கொண்டும் நிற்க முகமிழந்த கதாநாயகிகளாய் குடிசையினுள் வேம்புவும் பத்மாவதியும் பெண்களும் பிளாஸ்டிக் சிரிப்புடன் உறைந்து கிடந்தார்கள். வாசலில் காத்திருப்பின் சிகரெட் துண்டுகள் நிரம்பிக்கொண்டிருந்தன. மணல் வெளியில் காலடிகள் நெரிவதும் பதிவதும் புதைவதுமாய் இருந்தவற்றை காற்று அழித்தபடி சென்று கொண்டிருந்தது.

2

ஒயின்ஷாப் ஷட்டரை உள் பக்கமாக நின்று தடதடவென இழுத்து முழுதாய் மூடாமல் தரையிலிருந்து சிறிது உயர்த்தி நிறுத்தி விட்டு கணக்கை ஒப்புவிக்க சரக்கு மேசை முகப்புக்குச் சென்றான் அழகர். அவனோடு பணிபுரியும் புதிதாய் சேர்ந்தவன் அவனிடம் வந்து என் கார்க்குகளைப் பார்த்தாயா என்று கேட்டான். இல்லையென்பதாய் தலையாட்டிவிட்டு கடைசி நபர் கணக்கைத் தீர்த்து மிச்ச சில்லரைகளை மேசையிலிருந்து வழித்து மறுகையால் பிடித்து

சொக்காயில் போட்டுக்கொண்டான். கேட்டவன் அழகரின் பதிலில் திருப்தியில்லாமல் ஐநூறு கார்க்குமேல இருக்கும் எந்தத் தேவிடியாப் பிள்ளையோ தூக்கினுப் போயிருச்சி என்றான். அழகர் அவனைப் பொருட்படுத்தாது பாரின் மேசை நாற்காலிகளை மல்லாத்தி ஓரத்தில் நெரித்துத் தள்ளினான். துடப்பத்தை எடுத்து தரையைப் பெருக்க ஆரம்பித்தான். எச்சிலும் சிகரெட் துண்டுகளும் கடைசியாய் எடுக்கப்பட்ட வாந்தியும் அவன் முகத்தில் எதையும் கொண்டுவர வில்லை. பெருக்கித் தள்ளிய குப்பைகளை ஓரம்கட்டி அடுத்த அறைக்குத் தள்ளினான். உள்ளே சென்று பக்கெட்டில் நீர் பிடித்து வந்தான். அழகருடன் புதியவனும் சேர்ந்துகொள்ள தரையை சுத்தமாகக் கழுவினார்கள். பினாயில் கரைசலை ஊற்றிவிட்டு திருப்தியான வாசனையை நுகர்ந்தவனாய் உள்ளே சென்றான். சோம்பல் தரும் வெளிச்சத்தில் தோளில் தொங்கும் அழுக்குத் துண்டுடன் இருள் துண்டமாக மாஸ்டர் அடுப்படியில் நின்று கொண்டிருந்தார். அழகரைப்பார்த்து சிரித்தார்.

“மொதலாளிக்கி ஒரு முட்டைப் பொறியல்.”

தோட்டத்துப்பக்க தகரக்கதவு திறக்கும் சப்தம் கேட்டது. லட்சுமி உள்ளே வந்து கொண்டிருந்தாள்.

“மொதலாளி இன்னும் போகல அப்புறமா வா.”

அவள் சிரித்தபடியே மாஸ்டரிடம் சென்று அடுப்புக்கல்லில் இருந்த முட்டைப் பொரியலை எடுத்து வாயில் போட்டாள்.

“மொதலாளிக்குத் தொடாத.”

அவள் மாஸ்டரைப் பொருட்படுத்தாது எடுத்து எடுத்துத் தின்று கொண்டிருந்தாள். கதவுப் பக்கம் வந்து மெதுவாக வாசலை எட்டிப் பார்த்தாள். பிறகு தமயந்தி தோட்டத்தில் நிற்பதாகச் சொன்னாள். முதலாளிக்கானப் பொரியலை பார்சல் செய்துகொண்டே மாஸ் டரிடம் லட்சுமிக்கு மூன்று டபுள் ஆம்லெட்டுகளைப் போட்டுக் கொடுக்கச் சொல்லிவிட்டு வாசல் பக்கம் சென்றான். லட்சுமி கரிப்படிந்த சுவற்றில் சாய்ந்து ஒரு காலை உந்தி நின்று கொண்டு இடுப்பிலிருந்து விஸ்கி பாட்டிலை எக்கி எடுத்தாள்.

ஷட்டர் உயர்த்தப்படும் தடதட சப்தமும் இறக்கப்படும் சப்தமும் சமையலறையில் கேட்டது. சிறிது நேரத்தில் அழகர் ஒரு குவார்டர் ரம் பாட்டிலுடன் வந்தான். தமயந்தியை கூட்டிவரச்சொல்லி லட்சுமியை அனுப்பிவிட்டு இரண்டு பிளாஸ்டிக் தம்ளர்களில் பாதி பாதியாக பிரித்து ஊற்றி நீர் கலந்தான். மாஸ்டர் ஒன்றை கையில் எடுத்துக்கொள்ள அழகர் குடிநீர் குடிப்பது போல் எந்த முகச்சுணக்கமும் இல்லாமல் ஒரு மூச்சில் குடித்துவைத்தான்.

தமயந்தி உள்ளே வந்தவுடன் மாஸ்டர் தேவையற்று சிரித்து வைத்தார். தமயந்தி மாஸ்டரிடம் சிறிது நேரம் பெயருக்கு உறவாடி விட்டு அழகரைத் தோட்டத்திற்கு கூட்டிச்சென்றாள். சில ரூபாய் நோட்டுக்களை கையில் சுருட்டி கொடுத்தாள். அவனும் அடக்கமாக

வாங்கிக் கொண்டான். தோட்டத்தில் மதுவருந்துவதற்காக போடப் பட்ட சிமிண்டு பெஞ்சுகளில் ஒன்றில் இரண்டுபேர் விளக்குகள் அணைக்கப்பட்டும் இன்னும் கிளம்பாமல் பேசிக்கொண்டிருந்தார் கள். அவர்களுக்குக் கீழே இரண்டு பூனைகள் ஆவலோடு உட்கார்ந் திருந்தன. லட்சுமி மீண்டும் உள்ளே சென்று பார்சலை வாங்கிக் கொண்டு பக்கத்து கட்டிடத்தின் நிழலில் போய் நின்று கொண்டிருந் தாள். அழகர் ஒரு சிகரெட்டைப் பற்றவைத்துக் கொண்டான். தமயந்தி கைப்பையிலிருந்து பூப்பொட்டலத்தை எடுத்துப் பிரித்தபடி அவனிடம் சொல்லிக்கொண்டு நகர்ந்தபடி நுனிப்பற்களால் பூச் சரத்தை இரண்டு துண்டாக்கி லட்சுமிக்கு பாதி கொடுத்துவிட்டு தானும் இட்டுக்கொண்டாள். சந்தடிகள் குறைந்த வெளிச்சமும் இருளும் திட்டுத்திட்டாய் பரவிய நகரத்தெரு சட்டென்று அவர்களை கவ்வி இழுத்துக்கொண்டது. இருவரும் பேசிச்சிரித்தபடி பிரிந்து எதிரெதிர் திசையில் நடக்கத் தொடங்கினார்கள்.

பாலத்தின் உச்சிக்கு வந்த பிறகு அழகர் ஒரு சிகரெட்டைப் பற்ற வைத்துக் கொண்டான். நகரம் அவனுக்குக் கீழே கிடந்தது. சில வாகனங்கள் அவனுக்கு எட்டாத சப்தத்தில் சென்றுகொண்டிருந்தன. சிகரெட்டை ஆழ உள்ளிழுத்து மூக்கின் துவாரங்களாலும் வாயாலும் புகையை அழுத்தமாக வெளியிட்டு சாம்பலை சுண்டித்தள்ளி பேருந்து நிலையத்தைப் பார்த்தான். பேருந்து நிலையத்திலேயே இரவைக் கழித்துவிடும் உள்ளூர் பேருந்துகள் ஓரம் கட்டி நிறுத்தப் பட்டிருந்தன. வெளியூர் பயணிகள் சிதறியபடி நின்றிருந்தார்கள். ஸ்வீட் கடைகளும் புத்தகக் கடைகளும் சாத்தப்பட்டிருக்க பெட்டிக் கடைகளிலும் பிஸ்கட் ஸ்டால் ஒன்றிலும் தவிர்த்து பாஸ்ட்புட் கடையில் மங்கலாய் ஆட்கள் நின்றுகொண்டிருந்தார்கள். பாலத்திலிருந்து இறங்கி அடிவாரத்திற்கு வந்து கண்களைப் பரப்பி நீட்டினான். மெலிந்த இருள் தேங்கிய மூலையில் தமயந்தி நின்றுகொண்டிருப்பதை ஊர்ஜிதம் செய்தவுடன் சாவகாசமாக நின்று சிகரெட்டை முடித்துக் கொண்டான்.

தொலைதூரம் செல்லும் பேருந்துகள் இடைப்பட்ட இந்நகரத்து பேருந்து நிலையத்தை சுற்றிப்பார்த்து தொட்டுவிட்டு சென்று கொண்டிருந்தன. பேருந்திலிருந்து இறங்கும் முகங்களைப் படித்தபடி உட்கார்ந்திருந்தான்.

கடக்கும் சில முகங்களை மெல்லிய சப்தங்கள் மூலம் திரும்பிப் பார்க்கவைத்துக் கொண்டிருந்தாள் தமயந்தி. அவள் கணக்கு அழகரைப் போல் அத்தனைத் துல்லியமாய் இருப்பதில்லை.

தூங்கி வழிந்து வரும் சில அழுமூஞ்சிப் பேருந்துகளைப் பார்த்து எரிச்சலும் களைப்பும் வந்தது அழகருக்கு. எழுந்து நின்று மீண்டும் சிகரெட் புகைக்கத் தொடங்கினான். மீண்டும் பாலத்தின் படிக் கட்டுகள் வழி மேலேறி வந்து நின்று பார்த்தான். நகரம் அடிவானம் வரை கட்டிடங்களை நிரப்பிக்கொண்டு சாதுபோல் உறைந்திருந்தது. பேருந்து நிலையத்தின் நுழைவாயிலில் ஒரு வெள்ளை நிற சொகுசுப்